മന്ദാരയക്ഷി

CRIME THRILLER NOVEL

വിനോദ് നാരായണന്

Made with ♥ on the Notion Press Platform
www.notionpress.com

ഹൊറർ ത്രില്ലർ പുസ്തക പ്രേമികൾക്കായി ഈ നോവൽ
സമർപ്പിക്കുന്നു

ഉള്ളടക്കം

ഉള്ളടക്കം

ആമുഖം

സ്ത്രീയുടെ മനസ് ആകാശം പോലെയാണ്. താരകങ്ങളും തമോഗർത്തങ്ങളും നിറഞ്ഞ അനന്തമായ തടാകമാണത്. സലോമി സ്വന്തം ഭർത്താവിനെ കൊല്ലാൻ ആഗ്രഹിക്കുന്നു. അവൾ അതിനായി തിരഞ്ഞെടുക്കുന്ന വഴി പക്ഷേ അപകടം നിറഞ്ഞതായിരുന്നു. ഈ നോവൽ മന്ത്രവാദത്തിന്റേയും ദ്രാവിഡമാന്ത്രിക ദുരൂഹതകളുടേയും താളിയോലക്കെട്ടുകൾ വായനക്കാരുടെ മുമ്പാകെ തുറന്നുവയ്ക്കുന്നു. കാമരതിസ്വരൂപമായ വടയക്ഷിണിയുടെ പ്രതീകമായ മന്ദാരയക്ഷി ലൈംഗികതയുടേയും ആനന്ദത്തിന്റേയും മൂർത്തിയാണ്. മരണത്തെ കൈകളിൽ അമ്മാനമാടുന്ന കണ്ണില്ലാത്ത കാമത്തിന്റെ പ്രതീകമാണത്. ഒരു ഹൊറർ നോവൽ എന്നതിനൊപ്പം തന്നെ ഓരോ വരിയിലും സസ്പെൻസ് നിലനിർത്തുന്ന ഒരു ക്രൈംത്രില്ലർ കൂടിയാണ് ഈ നോവൽ.

മുഖവുര

"അവളുടെ ഉദരത്തിൽ കണ്ടകക്കറ്റന്റെ ബീജം ഉള്ളിടത്തോളും മന്ദാരയക്ഷി അവളെ വിട്ടുപിരിയില്ല. കണ്ടകറ്റന്റെ ബീജം കീലദ്ധ്വജനായി ജനിക്കും. രാഹുപുത്രന്മാരായ മുപ്പത്തിരണ്ടു കേതുക്കളിൽ ഒന്നായ കീലകന്റെ അവതാരജന്മമാണത്. അവളെ പ്രാപിക്കാൻ ശ്രമിക്കുന്ന മനുഷ്യരെല്ലാം കൊല്ലപ്പെടും. പതിനാലാം വടയക്ഷിണിയായ മന്ദാരയക്ഷിയെ സുരതത്തിൽ തൃപ്തിപ്പെടുത്താൻ മനുഷ്യപുരുഷർക്ക് കഴിയില്ല."

1

അധ്യായം 1

മങ്ങിയ വെളിച്ചമുള്ള ചെറിയ മുറിയിൽ സലോമി ഇരുന്നു.

മേശയുടെ ഒരു മൂലയിൽ നെയ് വിളക്ക് എരിഞ്ഞുകൊണ്ടിരുന്നു.

സുഗന്ധധൂപത്തിന്റെ ഗന്ധം മുറിയിലെമ്പാടും തങ്ങി നിന്നിരുന്നു.

എതിരെയിരുന്നുകൊണ്ട് ജോത്സ്യയായ സ്ത്രീ അവളെ തന്റെ കണ്ണടയ്ക്ക് മേലേ കൂടി നോക്കി. അവരുടെ പേര് ലളിത എന്നാണെന്ന് മേശപ്പുറത്തെ ചെറുബോക്സിൽ അടുക്കിവച്ച വിസിറ്റിങ്ങ് കാർഡുകളിൽ നിന്ന് വ്യക്തമായി.

കാവി നിറമുള്ള സാരിയുടുത്തിരുന്ന ആ സ്ത്രീയ്ക്ക് ഏകദേശം അമ്പത്തിയഞ്ച് വയസ് പ്രായം തോന്നിച്ചിരുന്നു.

നെറ്റിയിൽ ഒരു ഭസ്മക്കുറിയുണ്ടായിരുന്നു. ആ സ്ത്രീയുടെ കണ്ണിന്റെ കോണിൽ തന്റെ സന്ദർശകയുടെ പ്രതികരണം വ്യക്തമായിരുന്നു.

സലോമി പരിഭ്രമത്താൽ വിയർപ്പിൽ കുളിച്ചിരുന്നു.

മേശപ്പുറത്ത് രാശിക്കളത്തിൽ കവടികൾ ഗ്രഹങ്ങളുടെ സ്ഥാനം കൈയേറ്റ് ഇരിക്കുന്നുണ്ട്.

“ഞാൻ നിങ്ങളുടെ വിവാഹത്തെക്കുറിച്ച് പറയട്ടെ.”

“പറയൂ മാഡം. എനിക്കതുതന്നെയാണ് അറിയേണ്ടത്.”

“സലോമി, ഞാൻ നിങ്ങളുടെ ഭാവിയിൽ വളരെയധികം കുഴപ്പങ്ങൾ കാണുന്നുണ്ട്.”

സലോമി ഞെട്ടി.

ലളിത സ്വയം ജാഗ്രത പാലിച്ചു. അവരുടെ കരിയറിൽ ഇതുപോലെ പലരേയും കണ്ടുമുട്ടിയിട്ടുണ്ട്. സലോമി പക്ഷേ അവരേക്കാളൊക്കെ

അസ്വസ്ഥയായിരുന്നു.

ലളിത രാശിപ്പലകയിലൂടെ ഒന്നുകൂടി കണ്ണോടിച്ചു.

"കുഴപ്പം മാത്രമേയുള്ളൂ."

"സെബാസ്റ്റ്യനെക്കുറിച്ച്.."

"ഞാൻ പറയട്ടെ..അതെ സെബാസ്റ്റ്യൻ എന്ന നിങ്ങളുടെ ഭർത്താവ് മരിക്കും.."

സലോമി ഞെട്ടിവിറച്ച് ലളിതയെ നോക്കി.

പക്ഷേ അവളുടെ ഉള്ള് തുടി കൊട്ടി.

സെബാസ്റ്റ്യൻ എത്രയും വേഗം മരിക്കാൻ അവൾ ആഗ്രഹിക്കുന്നു.

"മാഡം ഞാനത് ആഗ്രഹിക്കുന്നു.. സെബാസ്റ്റ്യൻ എത്രയും വേഗം മരിക്കുമോ..?"

"ഉറപ്പായും.."

"എപ്പോഴാണ്..?"

"അതെനിക്ക് പറയാനാകില്ല. പരിശ്രമിക്കണം."

"ഞാൻ പറഞ്ഞുവല്ലോ...അദ്ദേഹം ഒരു മാരക രോഗിയാണ്. വീൽച്ചെയറിൽ മാത്രം കഴിയുന്ന വ്യക്തി. 48 വയസുണ്ട് അദ്ദേഹത്തിന് അതായത് എന്നേക്കാൾ 20 വയസ് കൂടുതൽ..പക്ഷേ അദ്ദേഹത്തിന് പണമുണ്ട്. അതെനിക്ക് വേണം."

"വളരെക്കാലം നിങ്ങൾ അയാൾക്കായി കഷ്ടപ്പെട്ടു."

"ശരിയാണ്. ഞാൻ ദുഖവും സങ്കടവും ധാരാളം കണ്ടു. എന്റെ ചോരത്തിളപ്പുള്ള നല്ല പ്രായം എരിഞ്ഞുതീരുന്നു."

"ജീവിതത്തിന്റെ വിടുതൽ വരുന്നതിന് മുമ്പ് ദുഃഖം ഉണ്ടാകുന്നത് നിങ്ങളുടെ ചിന്തകൾക്ക് വേണ്ടിയാണ്. ദുഃഖമില്ലെങ്കിൽ നിങ്ങൾ ചിന്തിക്കില്ല."

ലളിത തത്വചിന്ത പറഞ്ഞു.

"ശരിയാണ്. ഞാൻ എത്രനാളായി ചിന്തകളിൽ അഭിരമിക്കുന്നു."

സലോമി കണ്ണീർ തുടച്ചു.

"അയാൾ തീർച്ചയായും മരിക്കും."

"പക്ഷേ അദ്ദേഹം കൂടുതൽ കഷ്ടപ്പെടരുത് എന്ന് ഞാൻ ആഗ്രഹിക്കുന്നു."

സലോമി ഒന്നു നിർത്തിയിട്ട് അടക്കിപ്പിടിച്ച് ചോദിച്ചു- "..അദ്ദേഹത്തിന്റെ മരണം ഒന്നു വേഗത്തിലാക്കാൻ പറ്റുമോ?"

ലളിത അസ്വസ്ഥമായി ഇളകിയിരുന്നു. നെറ്റി ചുളിഞ്ഞപ്പോൾ ഭസ്മക്കുറിയിൽ നിന്ന് ധൂളി ഇളകിവീണു. അവർ വെറുപ്പോടെ പറഞ്ഞു

"എനിക്ക് ഇതുപോലുള്ള കാര്യങ്ങൾ ചെയ്യാൻ കഴിയില്ല. എനിക്കു കഴിയുമെങ്കിലും ഞാൻ ചെയ്യില്ല. ഞാൻ ഭാവിയെ മാത്രമേ ഗണിക്കാറുള്ളൂ."

"ഇത്രയും പറഞ്ഞ് എന്റെ മനസിൽ തീ കോരിയിട്ടിട്ട് പിൻമാറുകയാണോ മാഡം...?"

സലോമി വിഷമത്തോടെ പറഞ്ഞു.

"ഞാൻ സത്യമേ പറയുന്നുള്ളൂ. അപ്രിയ സത്യം പറയരുത് എന്നാണ് ജ്യോതിഷം പറയുന്നത്. എന്നാൽ ഞാൻ എന്റെ ക്ലൈന്റുകളോട് കള്ളം പറയാറില്ല. കാരണം സത്യം മറച്ചുവയ്ക്കുന്നത് കള്ളം പറയുന്നതിന് തുല്യമാണെന്ന് ഭഗവാൻ മുരുകൻ പറയുന്നു."

"നിങ്ങളുടെ മുരുകനെ കൊണ്ട് അത് സാധിക്കില്ലേ?"

"സാധിക്കും. എത്രയോ വട്ടം സാധിച്ചിട്ടുണ്ട്. പക്ഷേ ഇപ്പോഴില്ല. അത് ഞാൻ നിർത്തി."

"പ്ലീസ് മാഡം."

സലോമി കാലുപിടിക്കുന്ന മട്ടിൽ കേണപേക്ഷിച്ചു.

ലളിത കണ്ണടയൂരി മേശപ്പുറത്തേക്കിട്ടു.

"നിങ്ങളെപ്പോലുള്ള ആളുകൾ കാര്യസാധ്യത്തിന് ശേഷം ഞങ്ങളെപ്പോലുള്ളവരെ വെറുക്കുന്നു. രഹസ്യമായി ഞങ്ങളെക്കൊണ്ട് കാര്യം കണ്ടിട്ട് പരസ്യമായി ചീത്ത വിളിക്കുന്നു. നിങ്ങൾക്ക് എന്തുകൊണ്ട് സെബാസ്റ്റ്യനൊപ്പം ജീവിച്ചുകൂടാ?"

"എങ്ങനെ..ഞാൻ ഇത്രയം പറഞ്ഞതെന്താണ്?"

"അയാൾ വീട്ടിലിരുന്നുകൊള്ളും. നിങ്ങൾക്ക് ഒരാൺ സുഹൃത്തിനെ തിരഞ്ഞെടുത്തുകൂടെ..?"

ലളിത അനായാസം തുറന്നു പറഞ്ഞു.

സലോമി നിശബ്ദയായി.

അവൾ ആലോചിച്ചു. സന്ദീപിനെ കുറിച്ച് എങ്ങനെ പറയും.

"അത്...മാഡം ..ഭർത്താവ് ജീവിച്ചിരിക്കെ മറ്റൊരു പുരുഷനുമായി...?"

സന്ദീപുമായി പല രാത്രികളിലും തന്റെ വലിയ ബംഗ്ലാവിൽ ചിലവഴിച്ചിട്ടുണ്ട് എന്നത് മറച്ചുവച്ച് സലോമി പറഞ്ഞത് ലളിത വിശ്വസിച്ചോ എന്നറിയാൻ അവൾ അവരുടെ കണ്ണുകളിലേക്ക് നോക്കി.

ലളിത പുഞ്ചിരിച്ചു.

അവരുടെ ചുണ്ടിന്റെ കോണിൽ പുച്ഛം തത്തിക്കളിച്ചു.

“എന്നപ്പോലെ ഒരു ജ്യോൽസ്യയോട് കള്ളം പറയാമെന്ന് കരുതിയ നിങ്ങൾ ഒരു വിഡ്ഢിയാണ് സലോമി.”

സലോമി തല താഴ്ത്തി

“സത്യം പറയാമല്ലോ മാഡം. എനിക്ക് സെബാസ്റ്റ്യനാടൊപ്പം ജീവിക്കാൻ കഴിയില്ല. അയാളെ എന്റെ ജീവിതത്തിൽ നിന്ന് ഒഴിവാക്കിത്തരൂ.”

“നിങ്ങൾക്ക് അയാളെ നിഷ്പ്രയാസം ഉപേക്ഷിക്കാമല്ലോ!”

“പക്ഷേ അയാൾക്ക് വമ്പിച്ച സ്വത്തുണ്ട്. ഏക്കറുകണക്കിന് ഭൂമിയും. വലിയ ബാങ്ക് ബാലൻസുമുണ്ട്. പണം എനിക്കൊരു പ്രശ്നമല്ല..”

“ഞാൻ പറഞ്ഞല്ലോ എനിക്കത് ചെയ്യാൻ കഴിയില്ല.”

“ശരി. മാഡം അത് ചെയ്യുന്നില്ലെങ്കിൽ കഴിയുന്ന ആരെയെങ്കിലും പരിചയപ്പെടുത്തിത്തരൂ..”

“നിങ്ങൾ ഒന്നെഴുന്നേറ്റുപോകുന്നുണ്ടോ..!”

ലളിത അസ്വസ്ഥതായി.

സലോമി ക്ഷമാപൂർവം പിന്നേയും പറഞ്ഞു

“മാഡം പ്ലീസ്..!”

“ദയവുചെയ്ത് പോകൂ... നിങ്ങൾ ഒരു സ്പൈക്യാമുമായി വന്ന് ഞാൻ പറഞ്ഞതൊക്കെ ഷൂട്ട് ചെയ്ത് ചാനലിലോ യൂട്യൂബിലോ ഇടും.”

സലോമി ഉടൻതന്നെ ബാഗ് തുറന്ന് അഞ്ച് രണ്ടായിരത്തിന്റെ നോട്ടുകൾ എടുത്ത് മേശമേൽ നിരത്തി വച്ചു – “നോക്കൂ..മാഡം, ഒരു ജ്യോത്സ്യക്ക് ഇത്രയും ഫീസ് ആരും തരില്ല. ഒളിക്യാമറയുമായി വരുന്ന ഒരു ചാനലുകാരൻ ഇങ്ങനെ തരുമോ...?”

ലളിത നോട്ടുകളിലേക്ക് നോക്കി.

പിന്നെ അത് പെറുക്കിയെടുത്ത് മേശയുടെ ഡ്രോയറിലിട്ടിട്ട് ഒരു കടലാസിൽ എന്തോ കുത്തിക്കുറിച്ചു.

എന്നിട്ട് കടലാസുകഷണം സലോമിക്ക് നേരേ നീട്ടിയിട്ട് സൗമ്യമായി പറഞ്ഞു:

“ഇദ്ദേഹത്തിന് ഉറപ്പായും നിങ്ങളെ സഹായിക്കാൻ കഴിയും.”

ലളിതയോട് യാത്ര പറഞ്ഞുകൊണ്ട് സലോമി അവിടം വിട്ടു.

കൊച്ചിയിൽ ഒരു കൾച്ചറൽ പ്രോഗ്രാമുണ്ടെന്ന് സെബാസ്റ്റ്യനോടു കള്ളം പറഞ്ഞ് വന്നതാണ്. കൂട്ടുകാരിയോടൊത്ത് ഹോസ്റ്റലിൽ തങ്ങുമെന്നും പറഞ്ഞിരുന്നു. പക്ഷേ രാത്രി ഉറങ്ങിയത് സന്ദീപിന്റെ ഫ്ളാറ്റിലായിരുന്നു എന്നു മാത്രം. രാവിലെ ലളിതാജിയെ കാണാൻ പോന്നത് സന്ദീപിനറിയില്ല. അവൻ അതറിയണ്ട. കാരണം ഈ ആണുങ്ങളൊക്കെ ഒരു പ്രത്യേക തരക്കാരാണ്. സെബാസ്റ്റ്യാനോടു പ്രവർത്തിക്കുന്നത് നാളെ സന്ദീപിനോട് കാണിച്ചേക്കില്ല എന്ന് അവൻ വിചാരിക്കില്ലേ. അല്ലെങ്കിൽത്തന്നെ സന്ദീപിനെ ജീവിതത്തിൽ മുഴുവൻസമയം കൊണ്ടുനടക്കാനും താനുദ്ദേശിക്കുന്നില്ലല്ലോ.

2

അധ്യായം 2

കുണ്ടന്നൂരിലുള്ള സന്ദീപിന്റെ ഫ്ളാറ്റിലേക്ക് സലോമി ഒരു ടാക്സി പിടിച്ചു.

ടാക്സിയിലിരിക്കേ ലളിത തന്ന അഡ്രസ് അവൾ വായിച്ചുനോക്കി.

വയനാട്ടിൽ പുലിപ്പാറ വെള്ളച്ചാട്ടത്തിനടുത്ത് മുത്താറമലയിലാണ് അതിൽ പറഞ്ഞ വ്യക്തി താമസിക്കുന്നത്. ഇപ്പോൾത്തന്നെ വയനാട്ടിന് പുറപ്പെട്ടാൽ സൗകര്യമായിരിക്കും.

സന്ദീപിന്റെ ഫ്ളാറ്റിൽ നിന്ന് തന്റെ സാധനങ്ങൾ പായ്ക്ക് ചെയ്ത് എറണാകുളത്തു നിന്ന് ട്രെയിനിൽ പുറപ്പെട്ടാൽ കോഴിക്കോടു ചെന്ന് അവിടെ നിന്ന് ബസുപിടിച്ച് പുലർച്ചെ വയനാട്ടിലെത്താം.

സലോമി സന്ദീപിനെ മൊബൈൽ ചെയ്തു.

"എടാ ഞാൻ കോഴിക്കോടിനു പോകുവാ."

"എന്താടി പെട്ടെന്ന്.. ഇന്നു രാത്രി കൂടി ഇവിടെ കൂടിയിട്ട് പോയാൽപ്പോരേ..?"

"പോരാ..എനിക്ക് ആലിഫയെ കാണണം. അവൾ എന്നെ കോഴിക്കോടു കാത്തു നിൽക്കും."

"ശരി..ചെന്നിട്ടു വിളിക്കണേ ..ഫ്ളാറ്റിന്റെ താക്കോൽ ഇരിക്കുന്നയിടം അറിയാമല്ലോ."

"ഓ ശരി."

സലോമി ട്രിവാഗോയിലൂടെ കോഴിക്കോട്ട് ഒരു ഹോട്ടൽറൂം ബുക്ക് ചെയ്തു.

വയനാട്ടിലെ വൈത്തിരിയിൽ കെഎസ്ആർടിസി ബസിറങ്ങി സലോമി ഒരു ടാക്സി പിടിച്ചു.

ഊബർ വഴി കിട്ടിയതാണ്.

കറുത്ത് ഉയരം കുറഞ്ഞ ഒരു ചെറുപ്പക്കാരനായിരുന്നു ടാക്സി ഡ്രൈവർ.

സലോമി അവന്റെ പേരു ചോദിച്ചു.

അലി എന്ന് അവൻ പേരു പറഞ്ഞു.

അവൾ അഡ്രസ് സ്ലിപ് കാണിച്ചു.

അതു വായിച്ചിട്ട് അലി സന്ദേഹത്തോടെ അവളെ നോക്കി.

“ഇങ്ങോട്ടൊന്നും കാറു പോകില്ല മാഡം.”

“പിന്നെവിടെവരെ കാറു പോകും..?”

“അന്തേരിക്കവല വരെ പോകാം. അവിടെ നിന്ന് പുലിപ്പാറക്കു ജീപ്പു കിട്ടും. കുറച്ചൊക്കെ ടൂറിസ്റ്റുകൾ അവിടേക്കു വരുന്നതാണ്. പിന്നെ മുത്താറമലയിലേക്ക് ആരും പോകാറില്ല.”

“അതെന്താ?”

“അതിനവിടെ ആൾപ്പാർപ്പില്ലല്ലോ.”

“പിന്നെ ഈ മനുഷ്യനോ?”

“ആര്..ഇതിൽ പറഞ്ഞിരിക്കുന്ന ഉത്തസ്വാമിയോ?”

“ങാ.”

“ഞാൻ അയാളെപ്പറ്റി കേട്ടിട്ടുപോലുമില്ല.”

സലോമിയെ ടാക്സിക്കാരന്റെ ആ വാക്കുകൾ നിരാശപ്പെടുത്തിയില്ല.ഒരു യൂബർ ടാക്സിക്കാരന്റെ ദേശ അറിവുകൾ പരിമിതമായിരിക്കും എന്ന് സഞ്ചാരപരിചയം കൊണ്ട് അവൾക്കു മനസിലായി. വിലാസത്തിൽ പറഞ്ഞ സ്ഥലത്തുചെന്നു തിരക്കാമല്ലോ എന്ന പ്രായോഗിക ബുദ്ധിയെ അവൾ കൂട്ടുപിടിച്ചു. ഗൂഗിൾ മാപ്പിനെ ആശ്രയിക്കാമെന്നു വച്ചാൽ ഉത്തസ്വാമി ഗൂഗിളിൽ ലൊക്കേഷൻ കൊടുത്തിരിക്കുന്ന ആളല്ലല്ലോ.

കാറ് അന്തേരിക്കവലയിലേക്കു നീങ്ങി.

പിൻസീറ്റിലിരിക്കവേ ഡ്രൈവർ അലിയുടെ കണ്ണുകൾ റിയർവ്യൂ മിററിലൂടെ തന്റെ മേൽ തെന്നിവീഴുന്നത് സലോമി കണ്ടു. അവൾ യാത്രകളിൽ സ്ഥിരമായി കൊണ്ടുനടക്കാറുള്ള ബാഗിലെ പെപ്പർ സ്പ്രേയിൽ വലം കൈ മുറുകെ പിടിച്ചിരുന്നു.

കാർ മുക്കാൽമണിക്കൂർ കൊണ്ട് അന്തേരിക്കവലയിൽ ചെന്നു.

അലിക്കു പണം കൊടുത്തിട്ട് സലോമി കവലയിൽ ഇറങ്ങി.

പുലിപ്പാറ വെള്ളച്ചാട്ടത്തിലേക്കു പോകാൻ നാലഞ്ചു സഞ്ചാരികളേയും കൊണ്ടു ഒരു ജീപ്പ് കവലയിൽ തയ്യാറായി കിടക്കുന്നുണ്ട്. സലോമി അതിൽ കയറിപ്പറ്റി.

അപ്പോൾ സമയം രാവിലെ എട്ടുമണി കഴിഞ്ഞിരുന്നു.

ജീപ്പ് മല കയറാൻ തുടങ്ങി.

ഉരുളൻ കല്ലുകൾ നിറഞ്ഞ കുത്തനെയുള്ള ചെമ്മൺപാതയിലൂടെയുള്ള സഞ്ചാരം അതീവ ദുഷ്ക്കരമായിരുന്നു.

ജീപ്പിലിരുന്നു കുലുങ്ങി നടുവൊടിയുമോ എന്നു സലോമിക്കു തോന്നി.

അരമണിക്കൂർ കൊണ്ട് ജീപ്പ് പുലിപ്പാറ വെള്ളച്ചാട്ടത്തിനു സമീപത്തെത്തി.

ഒരു വലിയ വെള്ളച്ചാട്ടമൊന്നുമല്ല അത്.

സൂര്യകിരണങ്ങൾ ശക്തിയാർജ്ജിച്ചു വരുന്നതുകൊണ്ട് മഞ്ഞ് നീങ്ങിത്തുടങ്ങിയിരുന്നു.

സലോമി മറ്റു സഞ്ചാരികളോടൊപ്പം വെള്ളച്ചാട്ടത്തിൽ കാൽ നനച്ചു.

നല്ല തണുപ്പായിരുന്നു വെള്ളത്തിന്.

നാട്ടുകാർ കുറച്ചുപേർ അവിടെയടുത്തുള്ള ചായക്കടയിൽ ഇരിക്കുന്നുണ്ട്.

സലോമി ആ കടയിലേക്കു ചെന്നു.

അവൾ ഒരു ചായ വാങ്ങിക്കുടിച്ചു.

വലിയ രുചിയൊന്നും തോന്നിയില്ല. മാത്രമല്ല വൃത്തിഹീനവുമായിരുന്നു.

അവൾ അവിടത്തെ ഒരു നാട്ടുകാരനോടു ചോദിച്ചു:

“നിങ്ങൾ മുത്താറമലയിലെ ഉത്തസ്വാമി എന്ന ആളെ അറിയുമോ?”

“ഓ ഒറ്റക്കണ്ണൻ ഉത്ത..”

ആരോ പുച്ഛിച്ചു പറഞ്ഞു.

“ഡാ അങ്ങനെ പറഞ്ഞുകൂടാ..നീ നാളെ നേരം വെളുപ്പക്കത്തില്ല.”

ചായക്കടക്കാരൻ താക്കീതു ചെയ്തു.

“അതെന്താ അങ്ങേരു ഗുണ്ടയാണോ?”

സലോമി ഭയപ്പാടോടെ ചോദിച്ചു

“അപ്പോ നിങ്ങളയാളെപ്പറ്റി ഒന്നും അറിയാണ്ടാണോ വന്നേക്കണേ?”

ചായക്കടക്കാരൻ ചോദിച്ചു.

“എനിക്കൊരാവശ്യമുണ്ടായിരുന്നു. അങ്ങേരെ കാണാൻ ഒരു അസ്ട്രോളജർ തന്ന വിലാസമാണ്. അങ്ങനെയെത്തിയതാണ് ഞാൻ.”

“നിങ്ങടെ പേരെന്താ?”

“സലോമി.”

ചായക്കടക്കാരൻ രണ്ടുനിമിഷം ആലോചിച്ചു

“ക്രിസ്ത്യാനിയാ?”

“അതേ.”

“അങ്ങേരു മന്ത്രവാദം ചെയ്യും...ദുർമന്ത്രവാദം..”

അവസാനവാക്കുകൾ അടക്കിപ്പിടിച്ചാണ് പറഞ്ഞത്.

“ഒരാളെ മാരണം ചെയ്തു കൊല്ലണമെന്നു ഉത്ത തീരുമാനിച്ചാൽ അതു നടന്നിരിക്കും.”

ആ വാക്കുകൾ കേട്ടപ്പോൾ സലോമിയുടെ നെഞ്ച് പടപടാ മിടിച്ചു.

“പിന്നെ...പിന്നെന്തൊക്കെ ചെയ്യും?”

അവൾ ആകാംക്ഷയോടെ ചോദിച്ചു.

“ക്ഷുദ്രം...കൂടോത്രം..ഒരു കുടുംബം നശിപ്പിക്കാൻ അയാൾക്കു പറ്റും. ഒരു ഫാക്ടറി പൂട്ടിക്കാൻ അയാൾക്കു പറ്റും.. പിന്നെ രണ്ടു പേരേ അടിച്ചുപിരിയിക്കാനും അയാൾക്കു നിഷ്പ്രയാസം സാധിക്കും.”

അയാളെ എത്രയും പെട്ടെന്ന കാണണമെന്ന് സലോമിക്കു തോന്നി.

താൻ എത്തേണ്ടിടത്തുതന്നെയാണ് വന്നുപെട്ടിരിക്കുന്നത് എന്നു ബോധ്യമായപ്പോൾ സലോമി ഉത്സാഹം വീണ്ടെടുത്തു.

“എനിക്കദ്ദേഹത്തിന്റെ വീടു കാണിച്ചുതരുമോ..?”

സലോമി പറഞ്ഞു.

ചായക്കടക്കാരൻ ചുറ്റും നോക്കി.

“കൂടെ വരുന്നതാരാണെങ്കിലും ഫീസ് തന്നേക്കാം..പോരേ.”

സലോമി അതു പറഞ്ഞതോടെ സ്പ്രിങ്ങ്പോലെ മുടിയുള്ള ഒരു മധ്യവയസ്കൻ വരാമെന്നു സമ്മതിച്ചു.

“ചിണ്ടൻ വരും..അവൻ കാട്ടുവാസിയാ..അവന് കാട് നന്നായിട്ടറിയാം..”

സലോമി വിലപ്പെട്ട അത്രയും വിവരങ്ങൾ തന്ന ചായക്കടക്കാരന് നൂറു രൂപ കൊടുത്തു.

അവൾ ചിണ്ടനേയും കൂട്ടി നടന്നു.

3

വെള്ളച്ചാട്ടത്തിന്റെ ഓരത്തുകൂടി കുത്തനെ കിടക്കുന്ന കയറ്റം പാറക്കെട്ടുകൾ നിറഞ്ഞതാണ്. ഒരു നടപ്പാതയുണ്ട് എന്നു വേണമെങ്കിൽ പറയാമെന്നെ ഉള്ളൂ. ചിണ്ടനൊപ്പമെത്താൻ സലോമി നന്നേ ബുദ്ധിമുട്ടി.

ചിണ്ടൻ അധികമൊന്നും സംസാരിച്ചില്ല.

നന്നായി കിതച്ചപ്പോൾ ബഹുദൂരം പിന്നിലായിപ്പോയ സലോമി വിളിച്ചു പറഞ്ഞു:

"ഏയ് ചിണ്ടാ ..നിൽക്കൂ.."

അയാൾ തിരിഞ്ഞു നിന്നു.

"ഞാൻ കിതച്ചു, ഇത്തിരിനേരം ഇരുന്നോട്ടെ."

സലോമി ബാഗു തുറന്ന് വെള്ളമെടുത്ത് കുടിച്ചു.

വെള്ളം അയാൾക്കുവേണോ എന്ന് അവൾ ആംഗ്യം കാണിച്ചു.

അയാൾ ദൂരെ മാറി നിന്ന് വേണ്ട എന്ന അർത്ഥത്തിൽ ചുമൽ കുലുക്കി.

പിന്നേയും അവരുടെ നടപ്പ് തുടർന്നു.

കാനനപാത.

ആൾപ്പാർപ്പില്ലാത്ത ഇടം.

ഇടക്കിടെ ചൂടൻ ആനപിണ്ഡം കണ്ടു.

തൊട്ടടുത്ത് എവിടേയോ ആനയുടെ ചിന്നം വിളി കേട്ടു.

സലോമിക്കു ഭയം തോന്നി.

അവൾ ഓടി ചിണ്ടനുതൊട്ടുപിന്നാലെ നടന്നുതുടങ്ങി.

"ഇവിടെ പുലിയുണ്ടോ ചിണ്ടാ?"

മിണ്ടാതെ നടക്കുന്ന അയാളെക്കൊണ്ട് മിണ്ടിക്കാൻ സലോമി ശ്രമിച്ചു.

"ഉം ..പുലീണ്ട്..കരടീണ്ട്..ആനേണ്ട്.."

ചിണ്ടൻ പറഞ്ഞു.

"ഈ ഉത്തസ്വാമിയെന്താ ഈ കാട്ടിൽ വന്നു താമസിക്കുന്നേ?"

"ആ..അറിയില്ല...ചെലപ്പോ തപസു ചെയ്യാനായാരിക്കും."

അതിവേഗം നടക്കുന്ന ചിണ്ടനൊപ്പമെത്താൻ സലോമി ശരിക്കും പാടുപെട്ടു.

നടപ്പിനൊടുവിൽ പുൽമേടുള്ള താഴ് വരയും കടന്ന് അവർ മുത്താറമലയിലെത്തി.

പക്ഷിയുടെ വളഞ്ഞ കൊക്കുപോലെ ഇരിക്കുന്ന ഒരു മല.

അതിന്റെ മുകളിൽ പറ്റിപ്പിടിച്ചിരിക്കുന്ന ഒരു കുടിൽ.

"അതാണ് സ്വാമീടെ കുടിൽ."

ചിണ്ടൻ ചൂണ്ടിക്കാണിച്ചു.

"ഈശോയെ..എങ്ങനെ കേറും?"

സലോമി ആധിയോടെ ചോദിച്ചു.

ചിണ്ടൻ ഒതുക്കുകല്ലുകൾ പോലെ മുകളിലേക്കു കിടക്കുന്ന പാറകളിൽ ചവിട്ടിക്കയറാൻ തുടങ്ങി.

സലോമി അയാളെ പിന്തുടർന്നു.

കുറേ നേരത്തെ പരിശ്രമത്തിനുശേഷം അവർ ആ മുത്താറമലയുടെ മുകളിലെത്തി.

മലയുടെ മുകളിൽ ഒറ്റക്കണ്ണൻ ഉത്തസ്വാമിയുടെ കുടിൽ.

കുടിലിന്റെ വരാന്തയിൽ ഭീകരനായ ഒരു പട്ടി ഇരിക്കുന്നുണ്ടായിരുന്നു.

അവരെ കണ്ടപാടെ അതു ഭീകരമായ ശബ്ദത്തിൽ കുരക്കാൻ തുടങ്ങി.

സലോമിയും ചിണ്ടനും ശരിക്കും ഭയന്നു.

ചാണകം മെഴുകിയ തിണ്ണയിൽ നിന്നും അതു ചാടി വന്നു.

സലോമിയും ചിണ്ടനും ഭയന്നു പിന്നോക്കം നീങ്ങി.

തിരികെയിറങ്ങി ഓടിയാലോ എന്നാലോചിച്ചു.

"അനൂപ് ...!"

ആരോ അകത്തു നിന്നും വിളിച്ചു.

പട്ടിയുടെ കുര അല്പം മൃദുവാക്കി.

“ആരാണത്..?”

അകത്തു നിന്നും ഒരു മനുഷ്യൻ പുറത്തേക്കിറങ്ങി വന്നു.

കറുത്ത മുണ്ടുടുത്ത് അതിനുമുകളിൽ ചുവന്ന മുണ്ടുകൊണ്ട് ഒരു കെട്ടുകെട്ടി മറ്റൊരു ചുവന്ന മുണ്ടുകൊണ്ട് ചുമൽവഴി ഏത്താപ്പുകെട്ടിയ ഒരു വൃദ്ധൻ. അരോഗദൃഢഗാത്രനായ മനുഷ്യൻ. അയാൾക്ക് ഒരു കണ്ണേ ഉള്ളൂ. വലം കണ്ണിന്റെ സ്ഥാനത്ത് ഒരു മാംസമുഴ മാത്രം.

“അനൂപ് ..അടങ്ങ്...”

അയാൾ പട്ടിയോടു പറഞ്ഞു.

പട്ടിയുടെ പേരാണ് അനൂപ്. ഒരു പട്ടിക്ക് അനൂപ് എന്നാരെങ്കിലും പേരിടുമോ എന്നറിയില്ല.

തിണ്ണയിൽ തിരികെ കയറി അടങ്ങിയൊതുങ്ങി തുറിച്ചുനോക്കിയിരിക്കുന്ന അനൂപിനെ കണ്ടപ്പോൾ സലോമിക്കു ചിരി വന്നുപോയി.

“എങ്ങനെയുണ്ട്...... അനൂപ് കൊള്ളാമോ?”

അയാൾ ഗൗരവത്തിൽ ചോദിച്ചു.

“പേടിച്ചുപോയി..”

സലോമി പറഞ്ഞു

“പേടിപ്പിക്കാൻ വേണ്ടിത്തന്നെ വളർത്തുന്നതാ. ഇവൻ..ഈ അനൂപിന് ഒരു രഹസ്യമുണ്ട്.”

എന്നിട്ടയാൾ ചിണ്ടനോടു ചോദിച്ചു

“ഇതാരാ..?”

“കവലേൽ വന്നു സ്വാമിയെക്കാണണമെന്നു പറഞ്ഞു...”

“നിന്നോടു ഈ കാടുകടക്കരുതെന്ന് പറഞ്ഞതല്ലേ..കണ്ടവരെയൊക്കെ നീ ഇങ്ങോട്ടു വിളിച്ചു കൊണ്ടുവരുന്നതെന്തിനാണ്..?”

വയസൻ ഒച്ചയെടുത്തു.

സലോമിയുടെ സകല വീര്യവും അസ്തമിച്ചു.

അവൾ ചിണ്ടനെ പകച്ചുനോക്കി.

“നിന്നെയിവിടെ കണ്ടുപോകരുത്...നീ പോ..”

ചിണ്ടനോട് വയസൻ കാരുണ്യമില്ലാതെ പറഞ്ഞു.

ചിണ്ടൻ സലോമിയെ ദൈന്യതയോടെ നോക്കിക്കൊണ്ട് പിൻവാങ്ങാൻ തുടങ്ങി.

അപ്പോൾ സലോമിയും പിൻതിരിഞ്ഞു.

"നീയെവിടെപ്പോകുന്നു?"

വയസന്റെ ശബ്ദം.

"അല്ല ... ഞാൻ..."

സലോമി പരുങ്ങി..

"നീയെന്തിനാ വന്നേ...?"

വയസൻ അവളെ അടിമുടി നോക്കി.

വെളുത്ത കുർത്തയിലും നീല ജീൻസിലും പൊതിഞ്ഞു നിന്ന അവളുടെ ശരീരത്തെ അയാൾ ഒറ്റക്കണ്ണുകൊണ്ടു കോരിക്കുടിച്ചു.

"നീയാള് ശരിയല്ല.."

അയാളുടെ കണ്ണുകളെ നേരിടാൻ കഴിയാതെ സലോമി മിഴികൾ താഴ്ത്തി.

"നീ മനസിലുദ്ദേശിക്കുന്നത് എന്താണെന്ന് എനിക്കറിയാം.. അതു പക്ഷേ നീന്റെ വായിൽ നിന്നും കേൾക്കണം...ങാ കേറി വാ.."

അയാൾ കുടിലിനുള്ളിലേക്കു ക്ഷണിച്ചു.

സലോമി താഴെക്കിറങ്ങിപ്പോകുന്ന ചിണ്ടനെ നോക്കി.

പാവം..അയാൾക്കു പണം കൊടുക്കണമെന്നുണ്ട്.

സലോമി ചിണ്ടനെ വിളിച്ചു:

"ഹേയ്..."

"നീയെന്തിനാ അവനെ വിളിക്കുന്നത്...അവൻ പോട്ടെ.."

"അയാൾക്കു പണം കൊടുക്കാനാണ്."

"എന്തിന്.. ആ നായക്കു പണമൊന്നും കൊടുക്കണ്ട."

എന്തൊരു ദുഷ്ടനാണിയാൾ

സലോമി മനസിൽ വിചാരിച്ചു.

"നീയോരു ദുഷ്ടയാണ്.."

അയാൾ ഉറക്കെ പറഞ്ഞു.

സലോമി ഞെട്ടി.

"ഉം ..വാ.."

അയാൾ അകത്തേക്കു കയറിപ്പോയി.

സലോമി ഷൂസ് പുറത്ത് അഴിച്ചുവച്ച് തിണ്ണയിൽ കയറി.

അനൂപ് എന്ന പട്ടി അവളെ കാണാത്ത ഭാവത്തിൽ കിടന്നു.

4

അധ്യായം 4

അകത്ത് ഒരു പുൽപ്പായ വിരിച്ചിട്ടിരുന്നു.

ചാണകം മെഴുകിയ നിലം.

ഓലയും പനമ്പും കൊണ്ട് മറച്ച ഭിത്തി.

പൂജാമുറി വേറേയുണ്ട്.

കിടപ്പും വെപ്പും കുടിയുമെല്ലാം പ്രധാനമുറിയിലാണെന്നു വ്യക്തം.

മൂലയിൽ ഒരു അടുപ്പ് കാണാം.

വയസൻ ഒരു ആവണിപ്പലകയിൽ ഇരിക്കുന്നുണ്ട്.

സലോമി പുൽപ്പായയിൽ ഇരുന്നു.

"നിന്റെ വായ കൊണ്ടു പറ. നിന്റെ ഭർത്താവിനെ കൊല്ലണമെന്നു നീയുദ്ദേശിക്കുന്നില്ലേ?"

സലോമി ഞെട്ടി. കിഴവൻ ഇതെങ്ങനെ അറിഞ്ഞു.

പിന്നെ അവൾ സമാധാനിച്ചു. ജോത്സ്യ ലളിത ഇയാളുടെ ഏജന്റായിരിക്കണം. തന്റെ വിവരങ്ങൾ. അവർ ഫോൺ ചെയ്തു പറഞ്ഞതായിരിക്കണം.

"നിന്നെ ആരാണ് ഉത്തസ്വാമിയെ കാണാൻ പറഞ്ഞയച്ചത്?"

"ലളിത."

"ഏത് ലളിത..ഏതെങ്കിലും ലളിത പറഞ്ഞാൽ നീയിങ്ങോട്ടു തള്ളിക്കയറി വരുമോ..?"

കിഴവൻ അഭിനയിക്കുകയാണല്ലോ. സ്ത്രീകളോട് എങ്ങനെ പെരുമാറണമെന്ന് ഇയാൾക്കറിയില്ല. വനിതാക്കമ്മീഷനിൽ ഒരു പരാതി കൊടുത്താൽ ഇയാൾ അകത്തുപോകും

"ഒളിക്യാമറയുണ്ടോ?"

അയാൾ അപ്രതീക്ഷിതമായി ചോദിച്ചു.

“എന്താ?”

സലോമി ഞെട്ടലോടെ അറിയാതെ ചോദിച്ചുപോയി.

“ഒളിക്യാമറയുണ്ടോന്ന്..?”

“ഇല്ല സ്വാമി ..സത്യമായും ഞാൻ പത്രക്കാരിയല്ല...പൈസ എത്രവേണേലും തരാം.”

“നിന്റെ ചാവാൻ പോകുന്ന കെട്ട്യോന്റെ പൈസയല്ലേ.. അതെനിക്കു വേണ്ട.. അല്ലെങ്കിൽത്തന്നെ കാട്ടിൽ തപസ് ചെയ്യുന്ന എനിക്കെന്തിനാണ് പണം. ഞാൻ പണമില്ലാതെ ജീവിക്കുന്നവനാണ്. നിനക്കു പണമില്ലാതെ ഒരു മണിക്കൂർ ജീവിക്കാൻ പറ്റുമോ?”

സലോമി അയാളുടെ തീക്ഷ്ണമായ ഒറ്റക്കണ്ണിനെ നേരിടാനാകാതെ തലതാഴ്ത്തി.

വയസന്റെ ദൃഷ്ടി കാണുമ്പോൾ മുലക്കണ്ണുകൾ തരിക്കുകയും അടിവയറിനുകീഴിൽ സുഖകരമായ ഏതോ പേശികൾ മിടിക്കുകയും ചെയ്യുന്നു.

അയാൾ അവളെ ഉറ്റുനോക്കിക്കൊണ്ടിരുന്നു.

സലോമി പറഞ്ഞു:

“എന്റെ ഭർത്താവ്..അദ്ദേഹം ഒരു മാരക രോഗിയാണ്. ഇപ്പോൾ വീൽച്ചെയറിൽ മാത്രം കഴിയുന്നു. 48 വയസുണ്ട് അദ്ദേഹത്തിന്...എനിക്കു വെറും 28 വയസുമാത്രമേ ഉള്ളൂ.”

“അങ്ങേരുടെ പണം കണ്ട് വീട്ടുകാർ നിർബന്ധിച്ചു കെട്ടിച്ചു അല്ലേ?”

“അതെ. പക്ഷേ ഞാനദ്ദേഹത്തെ സ്നേഹിക്കുന്നുണ്ട്.”

“സ്നേഹിച്ചുകൊണ്ട് അയാളെ കൊല്ലുന്നു അല്ലേ?”

“ഞാനോർത്തത് അങ്ങേരുടെ കഷ്ടപ്പാടുകളെയാണ്. സുഖകരമായ ഈ ലോകത്ത് അതൊന്നും അനുഭവിക്കാൻ കഴിയാതെ എന്തിനു ജീവിക്കണം. അതിലും ഭേദം മരിക്കുകയല്ലേ?”

“അല്ലാതെ നിന്റെ തടസങ്ങൾ നീ ഒഴിവാക്കുകയല്ല.”

“അദ്ദേഹം ഇപ്പോഴും എനിക്കൊരു തടസമേയല്ല.. എനിക്ക് ബോയ് ഫ്രണ്ടുണ്ട്. എന്റെ കാര്യങ്ങൾ എനിക്കു നിറവേറ്റാൻ കഴിയും.”

“നീയുദ്ദേശിക്കുന്നത് സഹതാപം മൂലം ഭർത്താവിന്റെ ദയാവധം ആണോ?”

"അതെ."

"അതിന് നിനക്കെന്തൊക്കെ വഴികളുണ്ട്!"

"എന്തു വഴികൾ?"

"ഭക്ഷണത്തിൽ സയനൈഡ് കലർത്തി കൊടുത്ത് ഒരു നിമിഷം കൊണ്ടു തീർക്കാമല്ലോ. ഇപ്പോൾ പലരും അതു ചെയ്യുന്നുണ്ടല്ലോ. അല്ലെങ്കിൽ ശ്വാസം മുട്ടിച്ചു കൊലപ്പെടുത്തി കെട്ടിത്തൂക്കാം. ബാത്ത് റൂമിൽ തലക്കടിച്ചു വീഴ്ത്താം. തെന്നിവീണ് തലയിടിച്ചു മരിച്ചതാണെന്നേ കരുതൂ. ഇതെല്ലാം സ്വാഭാവിക മരണമാണെന്ന് വരുത്തിത്തീർക്കാൻ എന്തെളുപ്പമാണ്."

"കൊലപാതകം ചെയ്യാൻ എനിക്കിഷ്ടമില്ല."

സലോമി നിസഹായത പ്രകടിപ്പിച്ചു.

"പിന്നെ ഞാനെന്തു ചെയ്യണമെന്നാണ് നീ പറയുന്നത്?"

ഉത്തസ്വാമി അവളെ നിഗൂഢമായി സൂക്ഷിച്ചുനോക്കി.

"എന്തെങ്കിലും ഒരു മാരണ ക്രിയ അതോ കൂടോത്രമോ ..എനിക്കറിയില്ല എന്താണ് ആ സംഗതിയെന്ന്...ആൾ ഇല്ലാതാകണം. അതിന്റെ പിന്നിൽ ഞാനാണെന്ന് ആരും അറിയരുത്. തികച്ചും സ്വാഭാവികമായ ഒരു മരണം....പിന്നെ..!"

അവൾ അർദ്ധോക്തിയിൽ നിർത്തി.

"പിന്നെ..?"

"എനിക്കതിന്റെ സഹതാപം തീർച്ചയായും ലഭിക്കണം. ഒരു പാവം വിധവ എന്ന നിലയിൽ ഞാൻ ആദരിക്കപ്പെടുകയും ആളുകൾ എന്നോടു ദയവു കാണിക്കുകയും വേണം. സ്വത്തിന് ഒരു അവകാശി പോലും ഇടങ്കോലിടാത്തവിധം ഭദ്രമാകണം."

സലോമി തന്റെ ആവശ്യങ്ങൾ സൂക്ഷ്മമായി നിരത്താൻ ശ്രദ്ധിച്ചു.

ഉത്തസ്വാമി ആലോചനയിൽ മുഴുകി.

"പണം എത്രവേണമെങ്കിലും ഞാൻ തരാം."

സലോമി പറഞ്ഞു.

അതുകേട്ടപ്പോൾ ഉത്തസ്വാമി ഒരു തെറി പറഞ്ഞു.

"പണം നിന്റെ ....ത്ത് കൊണ്ടു വയ്ക്കെടി.."

അയാളുടെ പൊടുന്നനെയുള്ള ഭാവമാറ്റത്തിൽ സലോമി ഞെട്ടിത്തരിച്ചുപോയി.

അയാൾ കോപം കൊണ്ട് പുലമ്പി

“ഞാൻ നിന്നോടു നേരത്തേ പറഞ്ഞതല്ലേ..എനിക്കു പണം വേണ്ടെന്ന്...എനിക്കു ഈ ഭൂമിയിൽ ജീവിക്കാൻ പണം വേണ്ട.”

“പിന്നെന്താണു വേണ്ടത്..എന്നെ സഹായിക്കണം സ്വാമി.”

സലോമി കരഞ്ഞുകൊണ്ട് അയാളെ മുട്ടുകുത്തി തൊഴുതു.

ഉത്തസ്വാമിയുടെ കോപം ശമിച്ചു.

ഏതാനും നിമിഷങ്ങൾക്കു ശേഷം അയാൾ പറഞ്ഞു

“ഇന്നു രാത്രി ഒരു പൂജ ചെയ്യണം. നിനക്ക് നാളെ രാവിലെ പോകാൻ കഴിയും.”

അതുകേട്ടു സലോമി ചുറ്റും നോക്കി, ഇവിടെ എങ്ങനെ ഒരു രാത്രി കഴിയും എന്നോർത്ത്.

“നീ കൂടി ഉൾപ്പെട്ട പൂജയാണ്. നിനക്കു പ്രസാദിക്കേണ്ട മൂർത്തി നേരിട്ടു വരും.”

“എനിക്കു പേടിയാകുന്നു സ്വാമി.”

“നീയെന്തിനു പേടിക്കണം. ഞാനില്ലേ ഇവിടെ. ഈ മൂർത്തികളെയെല്ലാം നിയന്ത്രിക്കുന്നത് ഞാനാണ്. ഞാൻ കർണപിശാചിനിയുടെ ഉപാസകനാണ്. നിന്റെ മനസിലിരിക്കുന്നതും കാലിഫോർണിയയിലെ നിന്റെ കെട്ട്യോന്റെ സഹോദരൻ വില്യംസിന്റെ മനസിലിരിക്കുന്നതും എനിക്കറിയാൻ കഴിയും.”

ഉത്തസ്വാമി പറഞ്ഞതുകേട്ട് സലോമി ഞെട്ടി.

കാലിഫോർണിയയിലെ വില്യംസ്. സെബാസ്റ്റ്യന് അങ്ങനെയൊരു സഹോദരൻ ഉള്ളതായി പറഞ്ഞുകേട്ടിട്ടേ ഉള്ളൂ. സ്വാമി ഇതെങ്ങനെ അറിഞ്ഞു.

ഭക്തിയാൽ സലോമിയുടെ കണ്ണുകൾ നിറഞ്ഞു. അധരങ്ങൾ വിതുമ്പി.

“സ്വാമി..”

സലോമി സ്വാമിയുടെ കറുത്ത പാദങ്ങളിൽ സ്പർശിച്ചു.

സ്വാമി പറഞ്ഞു:

“നിനക്ക് വിശക്കുന്നുണ്ടെങ്കിൽ കലത്തിൽ ചോറും ചട്ടിയിൽ തൈരുമുണ്ട്. ഉപ്പുകുപ്പിയിൽ ഉപ്പും പുറത്ത് കാന്താരിമുളകും ഉണ്ട്. ഉണ്ടോളൂ.”

സലോമി അതനുസരിച്ചു.

അവൾ കുടിലിന്റെ പിന്നാമ്പുറത്തുചെന്നു. അവിടെ ഒരു കിണറുണ്ട്.

അതിന് നല്ല ആഴമുണ്ട്. അവൾ പാളകൊണ്ടു കെട്ടിയ തൊട്ടിയിൽ വെള്ളം കോരി. നല്ല തണുപ്പ്. വെള്ളം കൊണ്ടു മുഖം കഴുകി. എന്നിട്ട് കിണറ്റുകരിയിലെ കാന്താരിമുളരിൽ നിന്നു മുളകു പറിച്ച് ഒരു പരന്ന ചട്ടിയും കഴുകിയെടുത്ത് അടുക്കളയിൽ കൊണ്ടുവന്നു. ചോറും തൈരും ഉപ്പും കാന്താരിമുളകും ചേർത്ത് കഴിച്ചു.

ഒപ്പം തണുത്ത പച്ചവെള്ളവും കുടിച്ചപ്പോൾ അതിന് നല്ല രുചി തോന്നി.

ഉത്തസ്വാമി പൂജക്കുള്ള ഒരുക്കങ്ങളിലാണ്.

അപ്പോഴേക്കും സമയം ഉച്ചതിരിഞ്ഞിരുന്നു.

മൊബൈലിൽ റേഞ്ചില്ലാത്തതുകൊണ്ട് ആ വസ്തുകൊണ്ട് പ്രത്യേകിച്ചു പ്രയോജനമൊന്നും തോന്നിയില്ല.

5

അധ്യായം 5

സലോമി മുത്താറമലയുടെ മുകളിൽ നിന്നുകൊണ്ട് താഴ് വരയും കാടും കണ്ടു സമയം കളഞ്ഞു. പടിഞ്ഞാറൻ കാടുകളിൽ സൂര്യനസ്തമിക്കുന്നത് അവൾ കണ്ടു.

നേരം ഇരുട്ടിയപ്പോൾ ഉത്ത സ്വാമി കിണറ്റുകരിയിൽ നിന്ന് കോരിക്കുളിച്ച് ചുവന്ന പട്ടുടുത്ത് പൂജാമുറിയിലേക്കു കയറി.

അതിനുമുമ്പ് അയാൾ പറഞ്ഞു

“മൂന്ന് മണിക്കൂർ കാത്തിരിക്കണം.”

സലോമി മുറിയിലും തിണ്ണയിലുമായി സമയം ചിലവഴിച്ചു.

തിണ്ണയിൽ അനൂപ് കാവലുണ്ടായിരുന്നു.

അവൻ അവളെ നോക്കിയതേയില്ല.

നിലാവ് ഉദിച്ചിരുന്നു.

താഴ്വര നിലാവിൽ കുളിച്ചു.

രാപ്പാടികളും നിശാചര മൃഗങ്ങളും ഉണർന്നു സഞ്ചരിക്കാൻ തുടങ്ങിയതിന്റെ സൂചനകളായി വിവിധ ശബ്ദങ്ങൾ കാട്ടിൽ നിന്നും മുഴങ്ങി.

സലോമി വാച്ചിൽ നോക്കി

പതിനൊന്നാകാൻ പോകുന്നു.

സ്വാമി പറഞ്ഞ സമയം കഴിഞ്ഞിരുന്നു.

അവൾ അക്ഷമയോടെ പൂജാമുറിയുടെ വാതിൽക്കലേക്കു നോക്കി.

പിന്നേയും അരമണിക്കൂർ കൂടി കഴിഞ്ഞാണ് അതുതുറന്നത്.

സ്വാമി പുറത്തേക്കു വന്നു.

ദശാംഗത്തിന്റെ ഗന്ധം പുറത്തേക്കു വമിച്ചു.

സ്വാമിക്ക് ഗോരോചനത്തിന്റേയും ഗോപീചന്ദനത്തിന്റേയും സമ്മിശ്ര ഗന്ധമായിരുന്നു.

ഏതോ ഒരു ശക്തിസ്രോതസ്സിന്റെ സമീപം നിൽക്കുന്നതുപോലെ സലോമിക്കു തോന്നി.

"നീ കുളിച്ചുവരൂ."

സ്വാമി ഒരു ചുവന്ന പട്ട് എടുത്തു നീട്ടി.

"ഇതുടുത്തു വേണം വരാൻ...ഇതു മാത്രമേ ഉടുക്കാവൂ.."

സ്വാമിയുടെ സ്വരത്തിൽ വല്ലാത്ത ആജ്ഞാ ശക്തി

സലോമി അറിയാതെ കൈ നീട്ടി ചുവന്ന പട്ടുവാങ്ങി.

അവൾ കിണറ്റു കരയിലേക്കുപോയി ജീൻസും കുർത്തയും അടിവസ്ത്രങ്ങളും അഴിച്ച് അവിടെയുള്ള പേരമരക്കൊമ്പിൽ തൂക്കിയിട്ടു.

ഇപ്പോഴവൾ പൂർണനഗ്നയാണ്.

അവൾ ചുറ്റും നോക്കി. നിലാവ് വെളുക്കെ ചിരിച്ചുകൊണ്ടു മുത്താറമലയെ തഴുകുന്നു.

അവൾ തണുത്തവെള്ളം കോരി തല വഴി ഒഴിച്ചു.

തല തുവർത്താൻ തോർത്തുപോലുമില്ല. അവൾ കുർത്ത കൊണ്ട് തലയിലെ വെള്ളം ഒപ്പിക്കളഞ്ഞ് ചുവന്ന പട്ടുടുത്തു. മാറിനേയും കഷ്ടിച്ച് തുടകളേയും മറക്കാനുള്ള വലുപ്പമേ അതിനുണ്ടായിരുന്നുള്ളൂ. അവൾ അകത്തേക്കു ചെന്നു.

പൂജാമുറിയുടെ വാതിലിൽ തട്ടിയപ്പോൾ അതു തുറന്നു.

സ്വാമി അവളെ അകത്തേക്കു ക്ഷണിച്ചു.

"വരൂ."

സലോമി പൂജാമുറിയിൽ കടന്നു.

മുറി ദീപങ്ങളാൽ അലംകൃതമായിരുന്നു.

മുറിയുടെ മധ്യത്തിൽ വാഴപ്പിണ്ടി മുറിച്ചു നിർമിച്ച അലങ്കാരത്തട്ടിൽ ഈർക്കിലി പന്തങ്ങൾ കത്തിച്ച് കുത്തി നിറുത്തിയിട്ടുണ്ട്. ഒരു വശത്തായി കണ്ടകക്കറ്റന്റെ പ്രതിമ കണാം. ചെംഗുരുതിയും കരിംഗുരുതിയും നിറച്ച രണ്ടു വലിയ പാത്രങ്ങൾ വിഗ്രഹത്തിന്റെ മുന്നിലായി ഉണ്ട്. സ്വാമി അവൾക്കായി അലങ്കരിച്ച ഒരു പീഠം ചൂണ്ടിക്കാണിച്ചു.

"അവിടെ ഇരിക്കൂ."

സലോമി ചുവന്ന പട്ടു വിരിച്ച ആ പീഠത്തിൽ ഇരുന്നു.

അവൾ ഉടുത്തിരുന്ന പട്ട് ദേഹത്തെ ശരിയായി മറക്കാത്തതു കൊണ്ട് അവൾക്കു സങ്കോചം തോന്നി.

“മടിക്കാതെ ഇരിക്കൂ...കണ്ടകക്കറ്റൻ സ്വാമിയുടെ മുന്നിൽ നാണമെന്തിന്.. നിന്റെ കാര്യം നടക്കണ്ടെ.”

ഉത്ത സ്വാമി പറഞ്ഞു

സലോമി പീഠത്തിൽ ഇരുന്നു.

ചെറിയ പട്ട് അവളുടെ തുടകളേയും അരക്കെട്ടിനേയും ഒട്ടും മറച്ചില്ല.

“നിന്റെ ആവശ്യം നടത്താൻ പോകുന്നത് കണ്ടകക്കറ്റൻ സ്വാമിയാണ്. സ്വാമി നിനച്ചാൽ അതു തീർച്ചയായും നടക്കും.”

സലോമിയുടെ നെഞ്ചു മിടിക്കാൻ തുടങ്ങി.

ഉത്ത സ്വാമി അവളുടെ നെറ്റിയിൽ ഭസ്മം തൊട്ടു.

അതോടെ സലോമിയുടെ ബോധമണ്ഡലം മായികമായ ഒരു മാന്ത്രിക വലയത്തിൽ മുങ്ങി.

മദ്യപിച്ചുമദോന്മത്തമായ ഒരു തലത്തിലേക്ക് സലോമിയുടെ മനസ് പറന്നുതുടങ്ങി.

ഉത്തസ്വാമി അവൾക്കു ഒരു ഓട്ടു കിണ്ടിയിൽ തീർത്ഥം കൊടുത്തു.

അതു വാറ്റു ചാരായമായിരുന്നു.

സലോമി അതു വാങ്ങിക്കുടിച്ചു.

തൊണ്ട പൊള്ളുന്നപോലെ അവൾക്കു തോന്നി.

“ഇത് കണ്ടകക്കറ്റസ്വാമിക്കുള്ള നിവേദ്യമാണ്. പഞ്ചമകാരാദി പൂജകളാണ് സ്വാമിക്കുള്ളത്. മന്ത്രം, മുദ്ര, മദ്യം, മാംസം, മൈഥുനം ഇതാണ് പഞ്ചമകാര പൂജ.”

ഉത്ത സ്വാമി അതു പറഞ്ഞുകൊണ്ട് പൊരിച്ച കോഴിയുടെ ഒരു കഷണവും അവൾക്കു കഴിക്കാൻ കൊടുത്തു. സലോമി ഉന്മാദത്തിന്റെ ഒരു പ്രത്യേക അവസ്ഥയിലായിരുന്നു.

സ്വാമി അവളുടെ ദേഹത്ത് പൂക്കൾ വർഷിച്ചു.

“ഇപ്പോൾ അവിടുന്ന് മന്ദാരയക്ഷിയമ്മയാണ്. ഞാൻ പൂജകനുമാണ്.”

സലോമിയുടെ മനസിൽ നിന്നും ഭയം എപ്പോഴോ വിട്ടകന്നിരുന്നു.

ഇപ്പോൾ അവൾ മറ്റാരോ ആണെന്നു അവൾക്കു തന്നെ തോന്നി.

അതിഭയങ്കരമായ ശക്തിയും ആത്മവിശ്വാസവും അവളിൽ ചേക്കേറിയിരിക്കുന്നു.

അവൾ ആകപ്പാടെ ഒന്നിളകിയിരുന്നു.

അവളുടെ രഹസ്യപ്രദേശങ്ങൾ പട്ടു നീങ്ങി അനാവൃതമായി.

ഉത്ത സ്വാമി അവിടേക്കു പൂക്കൾ സമർപ്പിച്ചു.

"ഇത് യോനിപൂജയാണ്."

അപ്പോൾ അടിവയറിനു കീഴിൽ നിന്ന് ശക്തമായ എന്തോ ഊർജം പ്രവഹിക്കുന്നതായി അവൾക്കു തോന്നി. മൂർദ്ധാവിൽ സഹസ്രാരപത്മത്തിനു മേലേ ഊർജം ആയിരം ആനകളുടെ ശക്തിയോടെ സുഷുമ്നാനാഡിയിലൂടെ താഴെ കുണ്ഡലിനിയിലേക്കു പാഞ്ഞു.

യോനിയുടെ ദളങ്ങൾ വിടർന്നു വിറ കൊണ്ടു.

സലോമിയുടെ ചുണ്ടുകൾ തുടിച്ചു.

മുലക്കണ്ണുകൾ തരിക്കുകയും ചെയ്തു.

അവൾ എന്തോ പ്രേരണ കൊണ്ട് എഴുന്നേറ്റ് പീഠത്തിൽ നൃത്തച്ചുവടുകളോടെ നിന്നു.

അവളുടെ ശരീരത്തിൽ നിന്ന് പട്ട് അഴിഞ്ഞ് ഊർന്നുപോയി.

6

അധ്യായം 6

സലോമിയുടെ പരിപൂർണനഗ്നായ ഉടൽ വിളക്കുകളുടെ വെളിച്ചത്തിൽ പുളഞ്ഞു.

ഉത്തസ്വാമി മന്ത്രങ്ങൾ ജപിച്ചു കൊണ്ട് പൂവ് അവളുടെ ദേഹത്തേക്കു വാരിയെറിഞ്ഞു.

സലോമി ലൈംഗികചേഷ്ടകൾ പ്രദർശിപ്പിച്ചുകൊണ്ട് നർത്തനം തുടങ്ങി.

ഉത്ത സ്വാമി അവളെ തൊഴുതു:

"അമ്മേ, കണ്ടകക്കറ്റസ്വാമി എന്നിലേക്കു പ്രവേശിക്കാൻ ഞാൻ അനുവദിക്കുകയാണ്."

ഉത്തസ്വാമി പീഠത്തിൽ പത്മാസനത്തിൽ ഇരുന്നു കൊണ്ട് ഇരു കൈകളും കൂപ്പിപ്പിടിച്ചു ഏകാഗ്രമായി മന്ത്രംജപിച്ചു.

സലോമി നർത്തനം തുടർന്നു.

മന്ത്രജപത്തിന്റെ മൂർദ്ധന്യത്തിൽ ഉത്തസ്വാമി ശരീരം കുടഞ്ഞു.

കണ്ടകക്കറ്റസ്വാമി അയാളിലേക്കു പ്രവേശിച്ചിരിക്കുന്നു.

സ്വാമി ഉറഞ്ഞു തുള്ളിക്കൊണ്ട് എഴുന്നേറ്റു.

പൂർണനഗ്നനായ സ്വാമി ഇപ്പോൾ വാർദ്ധക്യം ബാധിച്ച ഉത്തയല്ല. കാരിരിമ്പുശരീരമുള്ള കണ്ടകക്കറ്റസ്വാമിയാണ്. ഉദ്ധൃതമായ ശൈവസ്വരൂപ ലിംഗത്തിന്റെ ശക്തി അന്തരീക്ഷത്തെ പ്രകമ്പനം കൊള്ളിച്ചു.

വലിയ ഉരുളികളിൽ നിറച്ചു വച്ചിരുന്ന ചെങ്കുരുതിയും കരിങ്കുരുതിയും ഇരുകൈകളാൽ പൊക്കിയെടുത്ത് ഊറ്റിക്കുടിച്ച് വലിച്ചെറിഞ്ഞു.

അതു സാധാരണമനുഷ്യരാൽ അസാധ്യമായിരുന്നു. പിന്നെ മദ്യവും മാംസവും നുകർന്നു. പീഠത്തിൽ നൃത്തം ചെയ്യുന്ന സലോമിയെ നോക്കി.

അതു അതിസുന്ദരിയായ മന്ദാരയക്ഷിയായിരുന്നു.

വിശാലമായ ജഘനവും കദളിവാഴത്തടകണക്കെ തുടകളും അമൃതകുംഭങ്ങൾ പോലെ മുലകളും ഉള്ള മന്ദാരയക്ഷി. വടയക്ഷിണികളിൽ പതിനാലാമത്തെയാൾ. മന്ദാരയക്ഷിയെ

സുരതത്തിൽ തൃപ്തിപ്പെടുത്താൻ മനുഷ്യരാൽ കഴിയില്ല. സുരത സംതൃപ്തി വരാതിരുന്നാൽ ആ പുരുഷന്റെ മാറു പിളർന്നു ഹൃദയമെടുത്ത് ചോരകുടിക്കുകയാണ് മന്ദാരയക്ഷിയുടെ രീതി.

സ്വാമി അവളെ സമീപിച്ചു.

ഇരുവരും ആനന്ദ നടനമാടി.

കാമം പൂണ്ട ഇണസർപ്പങ്ങളെപ്പോലെ അവർ പുളഞ്ഞു.

സുരതനർത്തനത്തിനൊടുവിൽ സ്വാമി അവളിലേക്കു പ്രവേശിച്ചു.

രണ്ടു ശക്തികളുടെ സമ്മേളനം.

മന്ദാര യക്ഷിയും കണ്ടകക്കറ്റസ്വാമിയും ഇണചേരുന്ന അപൂർവനാഴികകൾ.

അന്തരീക്ഷം ശബ്ദമടക്കിപ്പിടിച്ച് അതിനു സാക്ഷ്യം വഹിച്ചു.

അന്ത്യയാമത്തിനു തൊട്ടുമുമ്പ് എല്ലാമടങ്ങി.

00000000

നേരം വെളുത്തപ്പോൾ സലോമി കണ്ണു തുറന്നു.

പൂജാമുറിയുടെ തറയിൽ പൂർണ്ണനഗ്നയായി കിടക്കുകയായിരുന്നു അവൾ.

ചുവരിലെ മരയഴികളിലൂടെ പുലർകാല വെയിൽ അകത്തു കടക്കുന്നുണ്ട്.

ചുറ്റും തട്ടിമറിക്കപ്പെട്ട വിളക്കുകൾ. പൂജാ പാത്രങ്ങൾ.

ശരീരം ഇടിച്ചു നുറുക്കിയതുപോലെ വേദന.

രാത്രിയിൽ എന്താണു സംഭവിച്ചതെന്ന് അവൾ ഓർക്കാൻ ശ്രമിച്ചു.

ഗുഹ്യഭാഗത്ത് ഉണങ്ങിത്തുടങ്ങിയ രതിദ്രാവകങ്ങളെ അവൾ തൊട്ടറിഞ്ഞു.

സ്വാമി തന്നെ ബലാത്സംഗം ചെയ്യുകയായിരുന്നു.

അവൾക്കു ദേഷ്യം വന്നു.

സലോമി തറയിൽ കിടന്ന പട്ടു വാരിച്ചുറ്റിക്കൊണ്ട് പൂജാമുറിയുടെ വാതിൽ തുറന്ന് പുറത്തേക്കിറങ്ങി.

ഉത്ത സ്വാമി ഉമ്മറത്തിരുന്നു ബീഡി വലിക്കുന്നുണ്ടായിരുന്നു.

“നിങ്ങളെന്നെ ചതിക്കുകയായിരുന്നുവല്ലേ..താനൊരു കള്ളസ്വാമിയാണ്.”

സലോമി ഉച്ചത്തിൽ ചീറി.

ഉത്തസ്വാമി മെല്ലെ തിരിഞ്ഞു നോക്കി.

“നിന്നെ ആരു ചതിച്ചു. ഞാനോ..എങ്ങനെ ചതിച്ചു.

“എന്നെ നിങ്ങൾ..?”

“നിന്നെ ഞാനൊന്നും ചെയ്തില്ല.”

“പിന്നെ..?”

“അതു കണ്ടകക്കറ്റസ്വാമിയാണ്.. സ്വാമി പ്രാപിച്ചത് മന്ദാരയക്ഷിയെ ആണ്. അല്ലാതെ നിന്നെയല്ല. സ്വാമിയുടെ ശ്വാസം തടുക്കാൻ പോലും നിനക്കു ത്രാണിയില്ല. പിന്നെയല്ലേ ശിവലിംഗം..”

“ഉം കോപ്പാണ്...താനെന്നെ ബലാത്സംഗം ചെയ്തു. ഞാൻ പോലീസിൽ പരാതി കൊടുക്കും.”

“കൊടുത്തോ...ഞാൻ നിന്നെ ബലാത്സംഗം ചെയ്തു എന്നല്ലേ നീ പറയുന്നത്?”

“താൻ തന്നെ ....അല്ലാതാരാ..?”

സലോമി രോഷാകുലയായി.

സ്വാമി എഴുന്നേറ്റു നിന്നു.

അയാൾ ഉടുമുണ്ട് അഴിച്ചു കളഞ്ഞു.

“നോക്ക് നീ ശരിക്കും നോക്ക്..”

സലോമി ഞെട്ടിപ്പോയി.

സ്വാമിക്കു പുരുഷലൈംഗികാവയവം ഇല്ലായിരുന്നു.

“ഇല്ലാത്ത സാധനം വച്ച് ഞാൻ നിന്നെ എന്തോ ചെയ്യാനാണ്!”

സലോമിക്കു തല കറങ്ങുന്നപോലെ തോന്നി.

സ്വാമി ഒരു സ്ത്രീയാണ്. അതായത് പുരുഷലക്ഷണങ്ങളുള്ള ഒരു സ്ത്രീ.

സലോമി കൈവിരൽ അറിയാതെ സ്ഖലനാവശിഷ്ടത്തിൽ സ്പർശിച്ചു.

ഇതെങ്ങനെ സംഭവിച്ചു?

"സാധാരണ മനുഷ്യർക്കറിയാത്ത പലതും പ്രപഞ്ചത്തിലുണ്ട്. നീയൊക്കെ എന്തറിയുന്നു? ആരോ കണ്ടുപിടിച്ച ഒരു മൊബൈലും തോണ്ടി അതാണു പ്രപഞ്ചം എന്നു മുറവിളികൂട്ടി തിന്നും തൂറിയും കാലം കഴിക്കുന്നു."

സ്വാമി മുണ്ടുടുത്തുകൊണ്ടു പുച്ഛരത്തോടെ പറഞ്ഞു.

അയാൾ അകത്തുപോയി ഒരു ചെറിയ ചില്ലുകുപ്പിയുമായി വന്നു.

അതിനുള്ളിൽ കനം കുറഞ്ഞ ഒരു നീളൻ ചെമ്പുയന്ത്രം ചുരുളായി വച്ചിരുന്നു.

"ദാ ഇതു കൊണ്ടു നീ പറഞ്ഞ ആവശ്യം നടക്കും."

സലോമി പകച്ചു നിൽക്കുകയായിരുന്നു.

അവൾ യാന്ത്രികമായ ആ കുപ്പി വാങ്ങി.

"നിന്റെ വസ്ത്രങ്ങൾ ആ മൂലയിലുണ്ട്. അതെടുത്ത് വേഗം പൊയ്ക്കോ.."

"കർത്താവേ ഞാനൊറ്റക്കുപോണോ?"

"പിന്നല്ലാതെ."

"അയ്യോ..ഞാനെങ്ങനെ ഒറ്റക്കുപോകും."

"അങ്ങനാണേൽ അയാൾ താഴെ വരും."

"ആര്?"

"നിന്നെ ഇവിടെ കൊണ്ടുവന്നവനില്ലേ."

"ചിണ്ടനോ..?"

"ചിണ്ടനോ കുണ്ടനോ..അവൻ മലയുടെ താഴെയുണ്ട്."

ഉത്തസ്വാമി പറഞ്ഞു.

സലോമി വേഗം വസ്ത്രം മാറി വന്നു.

അവൾ ബാഗു പരിശോധിച്ചു.

ഒന്നും മോഷണം പോയിട്ടില്ല.

ഒന്നരലക്ഷം രൂപയുണ്ടായിരുന്നു അതിൽ.

മന്ത്രവാദത്തിനുള്ള ഫീസായി കരുതിയതാണ്.

അതൊക്കെ അങ്ങനെ തന്നെയുണ്ട്.

സലോമി സ്വാമിയുടെ മുന്നിൽ വന്നു.

സ്വാമി അവളുടെ അടിവയറിലേക്കു നോക്കി.

7

അധ്യായം 7

ഉത്തസ്വാമിയുടെ തീക്ഷണമായ ദൃഷ്ടികൾ ഉള്ളിലേക്കു തുളഞ്ഞിറങ്ങുന്നതുപോലെ സലോമിക്കു തോന്നി.

മാത്രമല്ല അടിവയറിനകത്ത് എന്തോ അനങ്ങുന്നതുപോലെ അനുഭവപ്പെടുന്നു.

ഛർദ്ദിക്കാൻ വരുന്നതുപോലെ

സലോമി ഒന്ന് ഓക്കാനിച്ചു.

വായിൽ നിന്ന് ഒരു മഞ്ഞ ദ്രാവകം പുറത്തേക്കു വന്നു.

സ്വാമി അവളോടു ചോദിച്ചു:

"നീ പള്ളിയിൽ പോകാറുണ്ടോ?"

"ഉവ്വ്."

"പള്ളിയിൽ പൊയ്ക്കോളൂ കുഴപ്പമൊന്നുമില്ല. പക്ഷേ നീ വെഞ്ചരിച്ച അപ്പം കഴിക്കരുത്."

"അതെന്താ?"

"അതെന്താണെന്നു ചോദിച്ചാൽ ഇപ്പോൾ എനിക്കൊന്നും പറയാനാകില്ല."

സലോമി ആശയക്കുഴപ്പത്തിലായി.

അവൾ ടൗവൽ കൊണ്ടു ചുണ്ടു തുടച്ചു.

എന്നിട്ടു ബാഗു തുറന്നു ഒരു കെട്ട് നോട്ട് എടുത്ത് സ്വാമിക്കുനേരേ നീട്ടി.

"എന്റെ മാനം പോയി. എന്നാലും ഇതാ.."

"നിനക്കെന്തു മാനമാണ് പോയത്.... യഥാർത്ഥത്തിൽ നീ ഭാഗ്യവതിയാണെന്നു പറയ്."

"അതെന്താ?"

"നീ ഒരു വലിയ ശക്തിയുടെ മാതൃസ്വരൂപമാണ്."

ഉത്ത സ്വാമി നിഗൂഢമായി ചിരിച്ചു.

സലോമിക്ക് അതു മനസിലായില്ല.

"ഇതാ പണം പിടിക്കൂ."

"എനിക്കു പണം വേണ്ട. എനിക്ക് ഈ കടലാസുകഷണങ്ങളുടെ ആവശ്യമില്ല. നിനക്കൊക്കയാണ് അതുപോയോഗപ്പെടുന്നത്. കൊണ്ടുപോയ്ക്കോളൂ.."

സലോമി നോട്ടുകെട്ടു തിരികെ ബാഗിലിട്ടു.

"ആ കുപ്പി എന്തുചെയ്യണം?"

"നിന്റെ വീട്ടിൽ ആരും കാണാത്ത ഒരിടത്തു ഭദ്രമായി വയ്ക്കുക. നാൽപത്തിഒന്നു ദിവസത്തിനുള്ളിൽ നീ ഉദ്ദേശിച്ച കാര്യം നടന്നുകിട്ടും. ഇല്ലെങ്കിൽ നീ ഒന്നുകൂടി വാ.."

ഉത്തസ്വാമി അതു പറഞ്ഞിട്ട് പല്ലിളിച്ചു കാണിച്ചു.

കാര്യം നടന്നില്ലെങ്കിലും ഇനി ഞാനിങ്ങോട്ടു വരികയേയില്ലെന്നു മനസിൽ പറഞ്ഞ സലോമി മലയിറങ്ങാൻ തുടങ്ങി.

താഴെ ചിണ്ടൻ കാത്തു നിൽക്കുന്നുണ്ടായിരുന്നു.

താഴെയെത്തിയിട്ട് സലോമി മുകളിലേക്കു നോക്കി.

മുകളിൽ സ്വാമി നോക്കിനിൽക്കുന്നുണ്ട്.

സലോമിയെ കണ്ടപാടെ ചിണ്ടൻ നടക്കാൻ തുടങ്ങിയിരുന്നു.

സലോമി അയാൾക്ക പിന്നാലെയെത്താൻ ബദ്ധപ്പെട്ടു.

ഉത്തസ്വാമിയുടെ രഹസ്യങ്ങൾ ചിണ്ടനോടു ചോദിച്ചു മനസിലാക്കണമെന്നായിരുന്നു അവളുടെ മനസിൽ. താടിയും മീശയും മുടിയും നീട്ടി വളർത്തി പുരുഷസ്വരൂപമായ ഉത്തസ്വാമി പെണ്ണായതെങ്ങനെയെന്നായിരുന്നു അവളെ അലട്ടിയത്. അതോ ആ പരിപാടി അയാളുടെ മാന്ത്രികവിദ്യയായിരുന്നോ? എന്തായാലും ചിണ്ടനോടു ഉത്തസ്വാമിയുടെ രഹസ്യങ്ങൾ ചോദിച്ചു മനസിലാക്കുകയെന്ന പരിപാടി നടന്നില്ല. കാരണം ചിണ്ടൻ വളരെ വേഗതയിലായിരുന്നു നടന്നത്. അതായത് അവളുടെ ചോദ്യങ്ങൾക്കു പിടികൊടുക്കാതെ നടക്കുകയായിരുന്നോ ചിണ്ടൻ എന്ന സംശയവും സലോമിക്കുതോന്നി.

അധികം വൈകാതെ തന്നെ കവലയിലെത്തി.

അവൾ ചിണ്ടനു പണം കൊടുത്തു
ഒരു ജീപ്പ് പുറപ്പെടാൻ തയ്യാറായി നിൽക്കുകയായിരുന്നു.
സലോമി വേഗം ചെന്നു ജീപ്പിൽ കയറി.
ജീപ്പ് ഇളകിയാടിക്കൊണ്ട് മലയടിവാരത്തുകൂടി യാത്ര തുടങ്ങി.

"ലാലേട്ടന്റെ പടത്തിന്റെ ഷൂട്ടിങ്ങ് സെറ്റിൽ നിന്നാണ് ഞാൻ വന്നുകൊണ്ടിരിക്കുന്നത്.."

നീലിമാ പണിക്കർ ഫോണിലൂടെ സംസാരിക്കുന്നത് ബസിലെ എല്ലാവർക്കും കേൾക്കാമായിരുന്നു.

അവർ ചുമ്മാ കാതുകൂർപ്പിച്ചു.

"ലൊക്കേഷനോ ... അതു ഹൊസൂരാണ്. ഞാൻ ബസിലാണ് എറണാകുളത്തേക്കു വന്നുകൊണ്ടിരിക്കുകയാണ്."

നീലിമ അവളുടെ ചെമ്പൻ നിറമുള്ള ബോബ് ചെയ്ത മുടി ഇളക്കിയിട്ടു.

അത് അടുത്തിരുന്ന കാർന്നോരുടെ മുഖത്തു തല്ലിക്കൊണ്ടിരുന്നു.

അങ്ങേര് അതിന്റെ ഷാംപൂ മണം ആസ്വദിച്ച് ത്രില്ലടിച്ചിരുന്നു.

ഫോൺ ചെയ്യുമ്പോൾ നീലിമാ പണിക്കരുടെ ലിപ്സറ്റിക്കിട്ട അധരങ്ങൾ ഇളകുന്നത് അയാൾ ഇടംകണ്ണിട്ടു നോക്കിക്കൊണ്ടിരുന്നു.

നീലിമ സംസാരം തുടർന്നു.

"എറണാകുളത്തു വരുമ്പോൾ എന്നെ സ്റ്റാൻഡിൽ നിന്നു പിക്കു ചെയ്യാവോ..നിന്റെ കുണ്ടന്നൂരിലെ ഫ്ളാറ്റിൽ ഇന്നു കഴിഞ്ഞിട്ട് നാളെ പാലായിലേക്കു വണ്ടി കയറാം എന്നു കരുതിയിട്ടാണ്."

മറുപുറത്ത് സന്ദീപായിരുന്നു.

"ഓക്കെ..നീ ധൈര്യമായി പോരേ. എന്തായാലും ഈ ഫ്ളാറ്റിൽ ഇനി അധികകാലമില്ലല്ലോ.."

"ഓ അതു പൊളിക്കാൻ പോവുകാണല്ലേ. എന്നാ മറിക്കൊടുക്കേണ്ടത്?"

"രണ്ടാഴ്ചക്കകം മാറണം. ഇന്നു നോട്ടീസ് കിട്ടി."

"എന്തു കഷ്ടമാണല്ലേ..?"

"പറഞ്ഞിട്ടെന്താ കാര്യം. എന്തായാലും നീ വാ.."

സന്ദീപ് ഫോൺ വച്ചു.

പുലർകാലമായിരുന്നു.

അവൻ എഴുന്നേറ്റതുതന്നെ നീലിമാപണിക്കരുടെ മൊബൈൽ വിളി കേട്ടുകൊണ്ടാണ്.

അവൾ നേരേ ഇങ്ങോട്ടാണ് വരുന്നത്.

സലോമി പോയതിന്റെ വിടവു നികത്താൻ ഒരാളായല്ലോ.

അവൻ ചുറ്റും നോക്കിയപ്പോൾ സലോമിയുടെ ഷാളും പിങ്ക് നിറമുള്ള ബ്രായും ഒക്കെ തറയിൽ ചിതറിക്കിടക്കുന്നുണ്ട്.

"ഇവൾ ഇതൊന്നും കൊണ്ടുപോയില്ലേ.. ഇടാൻ മറന്നുപോയോ..?"

സന്ദീപ് അതൊക്കെ പെറുക്കിയെടുത്ത് ഷെൽഫിൽ ഒളിപ്പിച്ചുവച്ചു.

എന്നിട്ടവൻ ബാത്ത്റൂമിൽ കയറി ഷവറിനു താഴെ നിന്നു.

ജലശിഖരങ്ങൾ തലയിൽ മന്ദമായി തല്ലാൻ തുടങ്ങി.

അവൻ തന്റെ അരക്കെട്ടിനു താഴെ നീലിമ പണിക്കരുടെ അധരങ്ങളെ സങ്കൽപിച്ച് നിർവൃതി കൊണ്ടു നിന്നു.

അരമണിക്കൂറിനുശേഷം അവൻ വൈറ്റില് ഹബിലേക്കു കാറോടിച്ചുപോയി.

8

അധ്യായം 8

ഒരു ബാംഗ്ലൂർ വോൾവോ ബസിൽ നീലിമ വന്നിറങ്ങി.

"എനിക്കെന്തെങ്കിലും കഴിക്കണം സഹോ..വിശന്നു കുടലു കരിയുന്നു."

കാറിൽ കയറിയപാടെ നീലിമ പറഞ്ഞു.

സന്ദീപ് കാറു നേരേ റസ്റ്റോറന്റിലേക്കു വിട്ടു.

റസ്റ്റോറന്റിൽ തിരക്കു കുറവായിരുന്നു.

"ഒരു കുഴിമന്തിയും അൽഫാമും.."

നിലീമ ഓർഡർ ചെയ്തു.

"കാശു നീ കൊടുത്തേക്കണം കേട്ടോ.."

"അല്ലേലും നീയെന്തെങ്കിലും പേ ചെയ്യുമോ ദുഷ്ടാ.. നിനക്കെന്താ വേണ്ടതെന്നു പറയ്."

"ഒരു ആനേനെ പൊരിച്ചത് കിട്ടിയാ കൊള്ളാം......ഭയങ്കര വിശപ്പ്....."

"ഡേയ് വെയ്റ്ററേ..ഈ വിദ്വാന് ഒരു കട്ടൻചായേം പരിപ്പുവടേം കൊടുക്ക്... എന്നിട്ടവന്റെ പറ്റിലെഴുതിക്കോ.."

നിലീമ വിളിച്ചു പറഞ്ഞു

"നീ നാറ്റിക്കല്ലേ..എനിക്കു പരിചയമുള്ള കടയാടി.."

കുഴിമന്തിയും അൽഫാമും വന്നു.

സന്ദീപും അതു തന്നെ ഓർഡർ ചെയ്തു.

നീലിമ കുഴിമന്തിയെ ആക്രമിക്കുന്നതു കണ്ട് സന്ദീപ് കൗതുകത്തോടെ നോക്കിയിരുന്നു.

"അല്ലാ എനിക്കറിയാൻ മേലാഞ്ഞിട്ടു ചോദിക്കുവോ..നിനക്കു ലാലേട്ടൻ അവിടെ തിന്നാനൊന്നും തന്നില്ലേ..?"

"പിന്നേ സൂപ്പർസ്റ്റാർ ടാപ്പിയോക്കാ.."

നിലീമ കള്ളച്ചിരി ചിരിച്ചു.

"വെറും കപ്പ.. കഷ്ടം.. അപ്പോ നായികക്കോ..ആരായിരുന്നു നായിക?"

"അതോ ആ ഫെമിനിച്ചി നിരപ്പത്ത് മന്ദാകിനി.."

"ഏത് ആ തലമുടിയൊക്കെ ഉച്ചിയിൽ കെട്ടിവച്ച് അതേൽ കണ്ണട വയ്ക്കുന്ന ഐറ്റമോ?"

"അതന്നെ.."

"ദൈവമേ..ഇവളെയൊക്കെ നായികയാക്കിയാൽ പടം വിജയിക്കുമോ ...?"

"പെർഫോമൻസ് അണ്ടർ കവറേജ്.."

നീലിമ അതു പറഞ്ഞുകൊണ്ട് കുഴിമന്തിയിൽ നിന്നും കോഴിക്കാൽ മാന്തിയെടുത്തു കടിച്ചു വലിച്ചു.

"അപ്പോ ജനപ്രീതിയോ?"

"ആരു നോക്കുന്നു. പടം ഓടിയാലെന്ത് ഇല്ലെങ്കിലെന്ത്.. കാശുപോകുന്നത് ഏതോ മണ്ടൻ പ്രവാസിയുടെ.. ബ്രാൻഡ് ഇക്വിറ്റി എന്നുപേരും."

"നിനക്കു മടുത്തോ ഈ വേഷം കെട്ടൊക്കെ കണ്ടിട്ട്?"

"മടുക്കാനോ.. കണ്ടു രസിക്കുവല്ലേ.. ഈ പടത്തിലെ മൂന്നോ നാലോ സീൻ..അതു കഴിഞ്ഞ് നമ്മളിതിന്റെ കട്ടേ പടോം മടക്കി പ്രൊഡക്ഷൻ കൺട്രോളെറെ ചാക്കിട്ട് അടുത്ത പടത്തിലേക്കു ചാടും. നോ പ്രതിബദ്ധത.."

"പ്രൊഡക്ഷൻ കൺട്രോളറെ ചാക്കിടാൻ സത്യത്തിൽ നീയെന്താണു ചെയ്യാറ്?"

"എല്ലാവരും ചെയ്യുന്നതുതന്നെ.."

"എന്ത്?"

"പൊട്ടാ..നിനക്കറിയില്ലേ?"

"അല്ല എനിക്കറിയില്ല അതോണ്ടു ചോദിച്ചതാ.."

"അൺഡ്രെസഡ് വെൽകം."

"ന്ന് വച്ചാൽ..?'

“ഈ പൊട്ടനോടു പറഞ്ഞു മനസിലാക്കാൻ ഞാൻ പാടുപെടും,.. നീ വല്ലാത്ത അഭിനയം തന്നെ കേട്ടോ ചക്കരേ. നിനക്കും സിനിമയിൽ നോക്കാം.”

“അതിനു പറ്റിയ പ്രൊഡക്ഷൻ കൺട്രോളർ ലേഡീസു വല്ലോരുമുണ്ടോ..?”

“വേണ്ടല്ലോ.. കിടിലൻ കുണ്ടന്മാരുണ്ട്.. പോരെ.”

നീലിമ പണിക്കർ അതു പറഞ്ഞ് ഉറക്കെ ചിരിച്ചു.

ഭക്ഷണം കഴിഞ്ഞ് ഇരുവരും നേരേ കുണ്ടന്നൂരിലെ ഫ്ളാറ്റിലേക്കു പോയി.

കാറിൽ വച്ച് സന്ദീപ് പറഞ്ഞു.

“ഞാനൊരു സിനിമ സംവിധാനം ചെയ്യാൻ പോകുന്നു.”

“പേര്?”

“അവളൊരു മദാലസ..!!”

“എ പടം?’

“ഉം..”

“ആ കാലമൊക്കെ കഴിഞ്ഞില്ലേ അസേ...!”

“ഇന്നു രാത്രിയിലത്തെ കാര്യമാ പറഞ്ഞേ ... നായിക നീലിമാ പണിക്കർ..”

സന്ദീപ് അവളുടെ തുടയിൽ നുള്ളി.

അവൾ പൊട്ടിച്ചിരിച്ചു.

9

അധ്യായം 9

സലോമി തൃപ്പൂണിത്തുറയിൽ ട്രെയിനിറങ്ങി.

ചാത്താരിപ്പാലത്തിൽ നിന്ന് ഒരു തൊടുപുഴ ഫാസ്റ്റു കിട്ടി.

നല്ല തിരക്കായിരുന്നു.

കഷ്ടിച്ചു നിൽക്കാനിടം കിട്ടി.

അടിവയറിൽ നിന്നെന്തോ ഉരുണ്ടു വരുന്നു.

അല്ല അത് അടിവയറിനുള്ളിൽ കിടന്നു പുളക്കുകയാണ്.

ഒരു ദിവസം കൊണ്ട് വയറിന്റെ വീർപ്പ് വ്യക്തമായി അറിയാം.

സലോമിക്കു ഓർക്കുമ്പോൾ ഭയം തോന്നി.

എന്തു കുന്തമാണിത്.

അവൾ ആലോചിച്ചുകൊണ്ടിരിക്കെ ബസ് തിരുവാങ്കുളവും കഴിഞ്ഞ് കോലഞ്ചേരിയോട് അടുത്തു കൊണ്ടിരുന്നു.

അവൾ കോലഞ്ചേരിയിൽ ബസിറങ്ങുമ്പോൾ സമയം വൈകിട്ട് അഞ്ചരയായിരുന്നു.

കവലയിൽ നല്ല തിരക്കായിരുന്നു.

അവിടെ നിന്നും മഴുവന്നൂർ പോകുന്ന റൂട്ടിലാണ് വീട്.

സലോമി ഒരു ഓട്ടോ പിടിച്ചു.

“കണ്ടത്തിൽ ബംഗ്ലാവ്..”

അവൾ പറഞ്ഞു

അങ്ങനെ പറഞ്ഞാൽ മതി. എല്ലാവർക്കും അറിയാം.

അഞ്ചാറേക്കർ പുരയിടത്തിന്റെ നടുവിൽ ഒരു വലിയ ബംഗ്ലാവ്.

ജാതിയും കൊക്കോയും തെങ്ങുമെല്ലാമുള്ള പുരയിടം.

കൃഷിക്ക് പണിക്കാർ വേറെയുണ്ട്.

വീട്ടുജോലിക്കും ആളുണ്ട്.

ഇപ്പോഴും എല്ലാ പണിക്കാരെ നിയന്ത്രിക്കുന്നതും കണക്കും കാര്യങ്ങളും നോക്കുന്നതുമെല്ലാം സെബാസ്റ്റ്യൻ തന്നെയാണ്. വീൽ ചെയറിൽ ഇരുന്നുകൊണ്ട് അങ്ങേരതു ചെയ്യും. കണക്കുകളിൽ കൈ കടത്താൻ സലോമിയെ സമ്മതിക്കാറില്ല. പക്ഷേ ചില കള്ളത്തരങ്ങളും തട്ടിപ്പും കൊണ്ട് സലോമി പണം കൈക്കലാക്കാറുണ്ട്. എട്ടു വർഷം കഴിഞ്ഞു അവരുടെ കല്യാണം കഴിഞ്ഞിട്ട്. സലോമിയുടെ അച്ചൻ ഒരു കൂലിപ്പണിക്കാരനായിരുന്നു. അമ്മ നേരത്തേ തന്നെ ദീനം വന്നു മരിച്ചുപോയിരുന്നു. ഒരോയൊരു മകളായിരുന്നു സലോമി. വല്ലപ്പോഴും കൂലിപ്പണിക്കുപോകുന്ന അച്ചൻ കൊണ്ടുവരുന്നത് ദാരിദ്ര്യം മാത്രമായിരുന്നു. അങ്ങനെ ഇരുപതുവയസായപ്പോൾ വന്ന ആലോചനയാണ് സെബാസ്റ്റ്യന്റേത്. അന്നയാൾക്ക് നാൽപതു വയസുപ്രായം. അതായത് വരന് വധുവിനേക്കാൾ ഇരുപതു വയസ് പ്രായം കൂടുതൽ. സെബാസ്റ്റ്യന്റെ അച്ചൻ കണ്ടത്തിൽ മാമ്മന് രണ്ടു മക്കളായിരുന്നു. സെബാസ്റ്റ്യനും വില്യംസും. വില്യംസ് ഇളയതാണ്. ഒരു തലതെറിച്ചവൻ. അവനെ അപ്പൻ വീടിനു പുറത്താക്കിയതാണ്. അത്രമേൽ കേസുകൾ അവന്റെ പേരിലുണ്ട്. വില്യംസ് കാലിഫോർണിയക്കു വിട്ടു. എട്ടു വർഷത്തിനുള്ളിൽ അപ്പൻ മാമ്മനും അമ്മ മേരിയും സെമിത്തേരിയിലേക്കു പോയി. സെബാസ്റ്റ്യനും സലോമിക്കും കുട്ടികളുണ്ടായില്ല. കാരണം സലോമിക്കു നല്ലവണ്ണമറിയാം. ശരീരത്തിന്റെ ആവർത്തിച്ചുള്ള ആവശ്യങ്ങൾ മുറവിളി കൂട്ടിയപ്പോൾ അവൾ ഫേസ്ബുക്ക് വഴി ഒരു ഫ്രണ്ടിനെ പരിചയപ്പെട്ടു. അവന്റെ പേര് സന്ദീപ് എന്നാണ്. അവനാണ് സലോമിയുടെ എല്ലാം. അവനെ ജീവിതത്തിലേക്കു കൂട്ടാൻ വേണ്ടിയാണ് സലോമി ഈ സാഹസമൊക്കെ കാണിക്കുന്നത്.

കണ്ടത്തിൽ ബംഗ്ലാവിന് മുന്നിൽ ഓട്ടോ വന്നു നിന്നു.

സലോമി ഓട്ടോക്കാരനു കാശുകൊടുത്ത് ബാഗും പെട്ടിയും എടുത്ത് പുറത്തിറങ്ങി.

ഗേറ്റു തുറന്നു കിടപ്പുണ്ടായിരുന്നു.

തൊടിയിൽ പണിക്കാരെ ആരേയും കണ്ടില്ല.

ചാക്കോയും ജാനമ്മയുമൊക്കെ സന്ധ്യയോടെ മാത്രം പോകുന്നവരാണല്ലോ.

നേരത്തേ അവരെയൊക്കെ പറഞ്ഞു വിട്ടോ

സലോമി തിടുക്കത്തിൽ പടി കയറി വീട്ടിലേക്കു കയറി.

പഴയ രീതിയിൽ പണി കഴിപ്പിച്ച ബംഗ്ലാവാണ്.

ഇരുനില മാളിക.

വീട് തുറന്നുകിടക്കുന്നുണ്ട്.

എങ്ങും അനക്കമൊന്നുമില്ല.

നീലിമ കിടപ്പറയിലേക്കു ചെന്നു.

അവിടെ ജനലിന് അഭിമുഖമായി സെബാസ്റ്റ്യൻ വീൽചെയറിൽ ഇരിക്കുന്നുണ്ട്.

"ഏയ് ബോറടിച്ചോ...?"

സലോമി കുശലം ചോദിച്ചു.

സെബാസ്റ്റ്യൻ മിണ്ടിയില്ല.

സലോമി ടോപ്പും ബ്രായും അഴിച്ചു കിടക്കയിലേക്കെറിഞ്ഞു.

ജീൻസ് മാത്രം ധരിച്ചു നിന്നു കൊണ്ട് അവൾ അലമാരയുടെ നിലക്കണ്ണാടിയിൽ നോക്കി.

മുലക്കണ്ണുകൾക്ക് കറുത്ത നിറം.

അവൾ ഞെട്ടി.

അടിവയർ വല്ലാതെ തള്ളിയിരിക്കുന്നു.

അവൾ അതിന്മേൽ കൈ വച്ചുനോക്കി.

അകത്ത് എന്തോ പുളയുന്നു.

അവളിൽ ഒരു നടുക്കം ബാധിച്ചു.

അവൾ അപ്പോഴാണ് ആ ചെമ്പുചുരുളിന്റെ കാര്യം ഓർത്തത്.

അവൾ ബാഗു തുറന്ന് അതു പുറത്തെടുത്തു.

സെബാസ്റ്റ്യൻ കാണുന്നുണ്ടോ എന്നു നോക്കിയിട്ട് അവൾ കുപ്പിയിലെ ചെമ്പുചുരുൾ അലമാരയിൽ എളുപ്പം കാണാത്ത ഒരിടത്തു വച്ചു.

സെബാസ്റ്റ്യൻ ഇപ്പോഴും തന്നെ മൈൻഡ് ചെയ്യുന്നില്ല.

താൻ വന്നതറിഞ്ഞില്ലേ

"ഹലോ പിണക്കമാണോ സർ..?"

സലോമി അയാളെ പിന്നിൽ നിന്നു പുണർന്നു.

കെട്ടിപ്പിടിച്ച അവളുടെ കൈകൾ പൊടുന്നനെ നനഞ്ഞു കുതിർന്നു.

അവൾ മുന്നിലേക്കു നോക്കി.

രക്തം.

രക്തം പുഴപോലെ ചാലിട്ടൊഴുകുന്നു.

നെഞ്ചിൽ കൃത്യം ഹൃദയഭാഗത്തുതന്നെ ഒരു കത്തി തറഞ്ഞിരിക്കുന്നുണ്ട്.

ഹൃദയം പിളർന്ന് ചുടുചോര കുതിച്ചൊഴുകിക്കൊണ്ടിരിക്കുന്നു.

സലോമി നിലവിളിയോടെ പിന്നോക്കം മാറി.

സെബാസ്റ്റ്യൻ കൊല ചെയ്യപ്പെട്ടിരിക്കുന്നു.

ഉത്ത സ്വാമി ഇത്ര ഭീകരനോ?

സ്വാമിയുടെ അടുത്തു നിന്ന് താൻ മടങ്ങിയെത്തിയപ്പോഴേക്കും അത് സംഭവിച്ചിരിക്കുന്നു.

പക്ഷേ ഇതെങ്ങനെ താൻ ഉൾക്കൊള്ളും.

സലോമിക്കു ഭ്രാന്തു പിടിക്കുന്നതുപോലെ തോന്നി.

അവൾ പകച്ചു നിൽക്കെ പിന്നിൽ ഒരു ശബ്ദം കേട്ടു.

അവൾ ഞെട്ടിത്തിരിഞ്ഞു നോക്കി.

ചെമ്പൻ മുടിയുള്ള ഒരു മനുഷ്യൻ.

അയാൾ കറപിടിച്ച പല്ലുകൾ പുറത്തുകാണിച്ചു ചിരിച്ചു.

ഏകദേശം മുപ്പത്തിയഞ്ച് വയസു പ്രായം വരും.

വില്യംസ്!

സലോമിയുടെ ചുണ്ടുകൾ വിറ കൊണ്ടു.

10

അധ്യായം 10

“ഒരു ചെറിയ സർപ്രൈസ്..!”

വില്യംസ് ശബ്ദമില്ലാതെ ചിരിച്ചു.

അയാൾ സലോമിയുടെ അനാവൃതമായ മാറിടത്തിലേക്കു നോക്കി.

അവൾ അതുകണ്ടു ഇരുകൈകളും കൊണ്ട് മാറിടം മറച്ചുപിടിച്ചു.

വില്യംസ് വാതിൽ ചേർത്തടച്ച് ഷർട്ടിന്റെ ബട്ടണുകൾ അഴിച്ചു.

“കാലിഫോർണിയയിൽ എനിക്കു സുവിശേഷപ്രസംഗമല്ല പണി..ഹഷീഷും മാരിജുവാനയും ബ്രൗൺഷുഗറും കടത്തുന്ന പണി. പിന്നെ കോർപറേറ്റ് സായിപ്പുമാർക്കു പെണ്ണുങ്ങളെ കൂട്ടിക്കൊടുക്കുന്ന പണി. തോക്കെടുത്തു വെടി വയ്ക്കുന്ന പണി.”

അയാൾ ഹോളിവുഡ് സിനിമകളിലെ വില്ലന്മാരെപ്പോലെ വികൃതമായി ചിരിച്ചു.

“ചേട്ടൻ മരിച്ചാൽ സ്വത്തു മുഴുവൻ ചേട്ടത്തിയമ്മയ്ക്ക്... എന്റപ്പനും അമ്മയും നയിച്ചോണ്ടാക്കിയ സ്വത്ത് എവിടെ നിന്നോ തെണ്ടിത്തിരിഞ്ഞ് വലിഞ്ഞു കയറിവന്ന ഒരുത്തി അനുഭവിച്ചു സുഖിക്കാനോ..അതിലും ഭേദം ചേട്ടത്തയമ്മയെ ഞാനങ്ങു കെട്ടുന്നതല്ലേ..?”

“നിനക്കെങ്ങനെ മനസു വന്നെടാ ദുഷ്ടാ ഇതൊക്കെ ചെയ്യാൻ?”

സലോമി ധൈര്യം സംഭരിച്ചു പ്രതിരോധിക്കാൻ ശ്രമിച്ചു.

“അയ്യോ ..അയ്യയ്യോ..ഒരു പുണ്യാളത്തി....!!”

വില്യംസ് കുപ്പായം ഊരി വലിച്ചെറിഞ്ഞു.

പച്ച കുത്തിയ ചുവന്ന ദേഹം ബലിഷ്ഠമായിരുന്നു.

സലോമി ഭയപ്പാടോടെ പിന്നോക്കം നടന്നു.

അവൾ കിടക്കയിൽ തട്ടി പിന്നിലേക്കു മറിഞ്ഞു വീണു.

വില്യംസ് ഞൊടിയിടയിൽ അവലുടെ ജീൻസിന്റെ കുടുക്കുപൊട്ടിച്ച് താഴേക്കൂർത്തിയെടുത്തു.

സലോമി പൂർണനഗ്നയായി.

അയാൾ സലോമിയുടെ ഇരുകൈകളും വിടർത്തിവച്ച് അവൾക്കുമേൽ കുനിഞ്ഞു നിന്നു.

അയാളുടെ വായിൽ നിന്നു സിഗരറ്റിന്റെ ഗന്ധം വമിച്ചു.

സലോമിയുടെ ദേഹത്ത് എന്തോ പ്രവർത്തിക്കുന്നതുപോലെ അവൾക്കു തോന്നി.

കഴിഞ്ഞ രാത്രി ഉത്തസ്വാമിയുടെ പൂജാമുറിയിൽ വച്ചു സംഭവിച്ചതുപോലെ ഒന്ന്.

അവളിൽ കാമം ഉറഞ്ഞു കയറാൻ തുടങ്ങി.

മന്ദാരയക്ഷിയുടെ പ്രഭാവം.

അവളുടെ മുലകൾ നിറഞ്ഞു വീർത്തു.

ഉദരം കനത്തു.

ജഘനം വിസ്താരമേറിയതായി.

തുടകൾ കദളിവാഴയുടെ തടകൾ കണക്കേ കനത്തതായി.

കേശഭാരം നിറഞ്ഞുപെരുത്തു.

വില്യംസ് ഈ മാറ്റങ്ങളൊന്നും അറിഞ്ഞില്ല.

അയാൾ സ്വന്തം ജീൻസ് ഊരിമാറ്റുന്ന തിരക്കിലായിരുന്നു.

സലോമി അയാളെ പൊടുന്നനെ പിടിച്ചു തന്നോടു ചേർത്തു.

വില്യംസ് ഞെട്ടിപ്പോയി.

അവൾക്കു പത്തുപേരുടെ ശക്തിയുണ്ടായിരുന്നു.

വില്യംസിന്റെ ജീൻസ് അവൾ വിരലുകൾ കൊണ്ടു കീറിയെറിഞ്ഞു.

"കർത്താവേ നീ...!"

വില്യംസ് അമ്പരപ്പോടെ പറയാൻ തുടങ്ങിയെങ്കിലും അയാൾക്കു പൂർത്തിയാക്കാനായില്ല.

അതിനുമുമ്പ് അയാളുടെ ചുണ്ടുകൾ സലോമിയുടെ അധരങ്ങൾക്കുള്ളിലായിരുന്നു.

അവളുടെ കൈത്തണ്ടകൾ അയാളുടെ വാരിയെല്ലുകൾ തകരുമാറ് പുണർന്നു.

കനത്ത തുടകൾ കൊണ്ട് അയാളുടെ അരക്കെട്ടിനെ വരിഞ്ഞുമുറുക്കി.

തറയിൽ ഒഴുകിപ്പരന്നുകിടന്ന സെബാസ്റ്റ്യന്റെ രക്തത്തിൽ ചവിട്ടി വില്യംസിന്റെ പാദങ്ങൾ തെന്നി.

വില്യംസ് പല സ്ത്രീകളേയും പ്രാപിച്ചിട്ടുണ്ട്. പക്ഷേ ഒരു പെണ്ണിൽ നിന്ന് ഇത്രമൊരനുഭവം അയാൾക്കുണ്ടായിട്ടില്ല. അയാൾ പ്രാപിച്ച സ്ത്രീകളൊക്കെയും അയാളുടെ കാമഭ്രാന്തിനു മുന്നിൽ കരഞ്ഞു പിൻമാറിയിട്ടേ ഉള്ളൂ.

ഇത് വില്യംസിനെ തികച്ചും അങ്കലാപ്പിലാക്കി.

"സലോമി..!!!"

അയാൾ പറയാൻ ശ്രമിച്ചു.

പക്ഷേ അനിർവചനീയമായ രതിസുഖത്തിന്റെ കൊടുമുടിയിൽ അയാൾ അലയുകയായിരുന്നു, എന്തു ചെയ്യണമെന്നറിയാതെ. ഇതിനിടയിൽ അയാൾക്കു സ്ഖലനവും സംഭവിച്ചു. അതോടെ അയാളുടെ താൽപര്യമത്രയും ഉടഞ്ഞുവീണു. പിന്നെ എങ്ങനേയും സലോമിയുടെ കൈകളിൽ നിന്നു കുതറിമാറാനായിരുന്നു അയാളുടെ ശ്രമം. അത് സലോമിയിലെ മന്ദാരയക്ഷിയെ ക്ഷുഭിതയാക്കി. ഒരു യക്ഷിക്കു മനുഷ്യപുരുഷനിൽ നിന്നു കാമപൂർത്തി ലഭിച്ചില്ലെങ്കിൽ അയാളുടെ ഹൃദയം പിളർന്നു ചോര കുടിക്കാതെ അവൾ പിന്മാറുകയില്ല.

കലി ബാധിച്ച സലോമി അയാളെ തന്റെ മുകളിൽ നിന്നു തള്ളി താഴെയിട്ടു.

വില്യംസ് ഊക്കോടെ തറയിലേക്കു തെറിച്ചു വീണു.

അവൾ കിടക്കയിൽ നിന്നു ചാടിയെഴുന്നേറ്റു.

വില്യംസ് എഴുന്നേൽക്കാൻ ശ്രമിച്ചു.

തറയിൽ പരന്നുകിടക്കുന്ന സെബാസ്റ്റ്യന്റെ രക്തത്തിൽ അയാൾക്കു വെറുതെ നീന്താനേ കഴിഞ്ഞുള്ളൂ.

സലോമി രൗദ്രയായി അയാളുടെ മുന്നിൽ വന്നു നിന്നു.

അയാൾ കാമമോഹിതമായ ആ രൂപം കണ്ടു.

അതു മുമ്പ് അയാൾ കണ്ട സലോമിയുടെ രൂപമേ അല്ലായിരുന്നു.

കനത്ത തുടകളും വിശാലമായ അരക്കെട്ടും വലിയ മുലകളും നിതംബം മറക്കുന്ന കേശവും ഉള്ള സ്ത്രീയുടെ തീക്ഷ്ണമായ

കാമത്തിന്റെ രൂപം.

അവൾ ഇരുതുടകളും വിടർത്തി അയാളുടെ അരക്കെട്ടിൽ ഇരുന്നു.

പിന്നെ വാരിയെല്ലുകൾക്കുതാഴെ കൈവിരലുകൾ ആഴ്ത്തി.

മൂർച്ചയേറിയ നഖങ്ങൾ പച്ചമാംസത്തിൽ ആഴ്ന്നിറങ്ങി.

വില്യംസ് നിലവിളിയോടെ പിടഞ്ഞു.

അവൾ ഒരു അട്ടഹാസത്തോടെ അയാളുടെ തുടിക്കുന്ന ഹൃദയം പറിച്ചെടുത്തു.

പിന്നെ ആർത്തിയോടെ അതു കടിച്ചുമുറിച്ചു

രക്തം ചീറ്റിയൊഴുകി.

അവളുടെ ദേഹം രക്തത്തിൽ ആറാടി.

അവൾ നാവുനീട്ടി രക്തം പാനം ചെയ്തു.

ആ മുറിയാകെ രക്തം കൊണ്ടു പരന്നു..

പച്ചമാസംത്തിന്റേയും ചുടുചോരയുടേയും ഗന്ധം അന്തരീഷത്തിൽ നിറഞ്ഞു.

11

അധ്യായം 11

സലോമി കണ്ണുതുറക്കുമ്പോൾ മുറിയിൽ ഇരുട്ടായിരുന്നു.

ചുറ്റും രക്തത്തിന്റെ പശിമ.

എത്ര മണിക്കൂറാണ് ബോധമില്ലാതെ കിടന്നതെന്ന് ഓർമയില്ല.

അവൾ എഴുന്നേറ്റു മുറിയിലെ ലേറ്റു തെളിയിച്ചു.

അപ്പോൾ കണ്ട കാഴ്ച ഞെട്ടിക്കുന്നതായിരുന്നു.

നെഞ്ചിൻകൂടി പിളർന്ന് ഹൃദയം പുറത്തെടുത്ത് ചവട്ടിച്ച നിലയിൽ വില്യംസിന്റെ നഗ്നമായ ജഡം.

തൊട്ടപ്പുറത്ത് വീൽചെയറിൽ സെബാസ്റ്റ്യന്റെ മൃതശരീരം.

മുറിയാകെ രക്തക്കളം.

സലോമി സ്വന്തം ദേഹത്തേക്കു നോക്കി.

പരിപൂർണനഗ്നമായ ശരീരം മുഴുവൻ ചോരയിൽ കുളിച്ചിരിക്കുന്നു.

അവൾ പരിഭ്രാന്തിയടക്കാൻ ശ്രമിച്ചു.

രണ്ടു സഹോദരങ്ങളും ഈ മുറിയിൽ കൊല്ലപ്പെട്ടിരിക്കുന്നു.

കണ്ടത്തിൽ തറവാടിന്റെ രണ്ട് അനന്തരാവകാശികളാണത്.

ഇതു പുറംലോകം അറിഞ്ഞാലുള്ള അവസ്ഥയെന്താണ്.

എന്തെങ്കിലും ചെയ്തേ പറ്റൂ.

സലോമിയിലെ ബുദ്ധിരാക്ഷസി പ്രവർത്തിക്കാൻ തുടങ്ങി.

അവൾ ക്ലോക്കിൽ നോക്കി.

മണി രാത്രി പത്തരയാകുന്നതേയുള്ളൂ.

വില്യംസ് തന്നെ ഉപദ്രവിക്കാൻ വരുന്നത് സന്ധ്യക്ക് ആറരക്കോ എഴുമണിക്കോ ആണ്.

അതായത് മൂന്നു മൂന്നരമണിക്കൂർ തന്റെ ബോധം നഷ്ടപ്പെട്ടു.

ഇതിനിടയിൽ വില്യംസിന് എന്തോ സംഭവിച്ചു.

അയാൾ കൊല ചെയ്യപ്പെടുകയും ചെയ്തു.

ഇനി എന്തു വരട്ടെ, നേരിടുകതന്നെ.

അവൾ പുറത്തു കടന്ന് ആ മുറി ഭദ്രമായി അടച്ചു.

എന്നിട്ട് മറ്റൊരു കിടപ്പറയിൽ ചെന്ന് നന്നായൊന്നു കുളിച്ചു.

ഷവറിനടയിൽ നിൽക്കുന്നതിനിടയിൽ അവൾ അടിവയറു തലോടി.

അതു പിന്നേയും വീർത്തിട്ടുണ്ട്.

എന്തോ ശക്തമായി അകത്തുകിടന്നു പുളയുന്നുമുണ്ട്.

അവൾ ഒരു ഗൗൺ ചുറ്റിക്കൊണ്ട് സാവധാനം കാപ്പിയുണ്ടാക്കി.

അതു മൊത്തിക്കൊണ്ട് മൊബൈലെടുത്ത് ഒരു നമ്പർ ഡയൽ ചെയ്തു.

സന്ദീപിന്റെ നമ്പർ

സന്ദീപിന്റെ പോക്കറ്റിൽ കിടന്ന് മൊബൈലടിക്കുമ്പോൾ അവൻ നീലിമാ പണിക്കരേയും കൊണ്ട് കാറിൽ അവന്റെ ഫ്ളാറ്റിന്റെ കാർ പാർക്കിങ്ങിൽ എത്തിയിരുന്നു.

സലോമിയുടെ കോൾ ആണെന്നു കണ്ട് അവൻ ഫോൺ അറ്റൻഡ് ചെയ്തു.

“മോനേ എനിക്കു നിന്നെ ഉടനെ കാണണം.”

സലോമിയുടെ ശബ്ദം പ്രേമപുരസരമൊന്നുമല്ലാത്തതുകൊണ്ട് എന്തോ ഗുരുതരമായ പ്രശ്നമുണ്ടെന്ന് സന്ദീപിനു മനസിലായി.

നീലിമയാണെങ്കിൽ വികാരവിജൃംഭിതയായി ചാരത്തിരിക്കുന്നു.

ഈ ഫോൺ വിളിച്ചത് വേറേ വല്ലവരുമായിരുന്നെങ്കിൽ പുളിച്ച തെറി പറഞ്ഞേനെ

പക്ഷേ സലോമിയെ പിണക്കാൻ വയ്യ. തന്റെ കൈയിലേക്കു വന്നുചേരേണ്ട

കോടികളുടെ സ്വത്തിന്റെ താക്കോലാണ് സലോമി. നാളെ തന്റെ ഭാര്യയാകേണ്ടവൾ.

അടുത്തു നീലിമ ഇരിക്കുന്നതുകൊണ്ട് അധികം സംസാരിക്കാൻ വയ്യ.

“ഞാനുടനേ വരാം.”

അവൻ പെട്ടെന്നു തന്നെ ഫോൺ കട്ടു ചെയ്തു.

"നീലിമാ നീയൊരു കാര്യം ചെയ്യൂ. താക്കോൽ ഇന്നാ പിടിച്ചോ.. നീ അപ്പാർട്ട്മെന്റ് തുറന്ന് അകത്തു കയറി ഫ്രഷായി വരുമ്പോഴേക്കും ഞാൻ വന്നേക്കാം. എനിക്കൊരു പാർട്ടിയെ അത്യാവശ്യമായി കാണണം."

അതു കേട്ടു നീലിമക്കു ദേഷ്യം വന്നു.

"നീ എന്തു കോപ്പിലെ പണിയാ ഈ കാണിക്കുന്നേ സന്ദീപേ..?"

"എടീ ഞാൻ പറയുന്നതു കേൾക്കൂ.. ഇത് അത്യാവശ്യകാര്യമാണ്.. ലൈഫ് പ്രോബ്ലം.."

"ഓ അവന്റെയൊരു ലൈഫ് പ്രോബ്ലം."

നീലിമാ ദേഷ്യപ്പെട്ട് താക്കോലും വാങ്ങി പുറത്തിറങ്ങി തിരിഞ്ഞുപോലും നോക്കാതെ ലിഫ്റ്റിനു നേർക്കു നടന്നു.

സന്ദീപ് ഉടൻതന്നെ കാർ തിരിച്ചു.

രാത്രി പത്തര കഴിഞ്ഞതിനാൽ റോഡിൽ വലിയ തിരക്കില്ലായിരുന്നു.

മരടു പിന്നിട്ട് തൃപ്പൂണിത്തുറയിലൂടെ തിരുവാങ്കുളം വഴി കോലഞ്ചേരിയിലെത്താൻ അരമണിക്കൂറെ വേണ്ടി വന്നുള്ളൂ.

കണ്ടത്തിൽ ബംഗ്ലാവിന്റെ ഗേറ്റു തുറന്നു കിടക്കുകയായിരുന്നു.

സന്ദീപ് കാറിൽ നിന്നിറങ്ങി കോളിംഗ് ബെൽ അമർത്തുന്നതിനു മുമ്പേ സലോമി വാതിൽ തുറന്നു.

വെളുത്ത ഗൗണിൽ സലോമി അതിസുന്ദരിയായതായി സന്ദീപിന് തോന്നി.

അവൻ അവളെ മുറുകെ പുണർന്നു.

"ഇപ്പോ കുളിച്ചതേയുള്ളൂ അല്ലേ.."

അവൻ അവളുടെ കാതിൽ മന്ത്രിച്ചു.

സലോമിക്ക് അവളുടയുള്ളിൽ എന്തോ അലയടിച്ചുയരുന്നതുപോലെ തോന്നി.

അവൾ പൊടുന്നനെ അവനെ തള്ളിമാറ്റി സ്വയം നിയന്ത്രിച്ചു.

"എന്താടി?"

സന്ദീപ് നീരസത്തോടെ ചോദിച്ചു.

"കാര്യങ്ങൾ ഗുരുതരമാണ്."

സലോമി വാതിലടച്ചു തഴുതിട്ടുകൊണ്ടു പറഞ്ഞു.

"എന്താണെങ്കിലും നീ പറയ്."

“സെബാസ്റ്റ്യൻ മരിച്ചു.”

“ങേ..എങ്ങനെ?”

“കൊന്നതാണ്.”

“ആര് നീയോ..?”

സന്ദീപ് ഞെട്ടലോടെ ചോദിച്ചു.

“ഞാനല്ല... അങ്ങേരുടെ അനിയൻ ഒരുത്തനുണ്ട്..വില്യംസ്.”

“കാലിഫോർണിയയിലുള്ള..”

“യേസ്.. ആ നെറി കെട്ടവൻ.”

“ഗോഡ്..പോലീസിൽ പറഞ്ഞില്ലേ..എന്നിട്ടവനെവിടെ..?”

“അവനും തീർന്നു.”

“എങ്ങനെ.?”

“ദൈവത്തിനറിയാം.”

സലോമി നിസാരമായി അതു പറഞ്ഞുകൊണ്ട് സന്ദീപിനെ കൊലപാതകങ്ങൾ നടന്ന ബെഡ്റൂമിനു മുന്നിലേക്ക് ആനയിച്ചു.

അവൾ ആ റൂമിന്റെ വാതിൽ തുറന്നു കാണിച്ചു.

മുറിയിലെ ലൈറ്റ് കത്തിയപ്പോൾ കണ്ട കാഴ്ച സന്ദീപിന്റെ രക്തം മരവിപ്പിക്കുന്നതായിരുന്നു.

രക്തം പരന്നൊഴുകിയ മുറി.

ഹൃദയം പിളർന്നുകിടക്കുന്ന വില്യംസിന്റെ ജഡം.

വീൽചെയറിൽ മരിച്ചിരിക്കുന്ന സെബാസ്റ്റ്യൻ.

“നിനക്കു പേടി തോന്നുന്നുണ്ടോ?”

സലോമി നിസംഗഭാവത്തിൽ ചോദിച്ചു.

അവൾ മുറിയിലെ ലൈറ്റു കെടുത്തി വാതിൽ പുറത്തു നിന്നു തഴുതിട്ടു.

“നിനക്കെന്താ കുടിക്കാൻ വേണ്ടത്.?”

സന്ദീപ് വിയർപ്പിൽ കുളിച്ചിരുന്നു.

“ഹോട്ട്..”

അവൻ വേഗം വന്നു സ്വീകരണമുറിയിലെ കസേരയിൽ തളർന്ന് ഇരുന്നു.

12

അധ്യായം 12

സലോമി ഫ്രിഡ്ജിൽ നിന്നു വിസ്കിയും തണുത്ത വെള്ളവും എടുത്തുകൊണ്ടുവന്നു.

അവൾ അതു രണ്ടു ചഷകങ്ങളിലായി പകർത്തി ഒന്ന് സന്ദീപിന് നീട്ടി.

സന്ദീപ് ഒരു വലിക്കു ഗ്ലാസു കാലിയാക്കി.

സലോമി കസേരയിൽ ശാന്തമായിരുന്ന് മദ്യചഷകം മെല്ലെ സിപ്പു ചെയ്തു.

സന്ദീപ് അവളെ നോക്കി.

"നീയാണോ ഇത് ചെയ്തത്.?"

"ഞാൻ നിന്നോടു പറഞ്ഞതല്ലേ."

"അതല്ല..ഈ ഈ..വില്യംസ്.."

സന്ദീപ് വിക്കി.

സലോമി അതു കേട്ട് അവനെ തുറിച്ചു നോക്കി.

"നിനക്കെന്താ പ്രാന്താണോ സന്ദീപ്. എനിക്കിങ്ങനെയൊക്കെ ചെയ്യാൻ പറ്റുമോ?"

"പിന്നാരാ?"

"എനിക്കറിയില്ല.."

"ദൈവമേ, അയാളുടെ നെഞ്ചു പിളർന്നിരിക്കുന്നു... ഹൃദയം വലിച്ചു പുറത്തിട്ട് കടിച്ചു തുപ്പിയിരിക്കുന്നു."

സന്ദീപ് കൈകൾ കൊണ്ടു മുഖം പൊത്തി.

സലോമി അപ്പോൾ പുച്ഛരത്തോടെ പറഞ്ഞു:

“നിനക്കു പേടിയാണെങ്കിൽ എണീറ്റു സ്ഥലം വിട്... സഹായത്തിനു വന്ന ഒരു മരങ്ങോടൻ.”

സന്ദീപിന് അതു കൊണ്ടു.

അവൻ ഒന്നും മിണ്ടാതെ കുറച്ചുനേരം തലതാഴ്ത്തിയിരുന്നിട്ട് വിസ്കിയെടുത്ത് കുപ്പിയോടെ മോന്തി.

സലോമി ദേഷ്യത്തോടെ കുപ്പി പിടിച്ചു വാങ്ങി.

“നീയെന്നാ ചെയ്യാൻ പോകുവാ. ഇതു മുഴുവൻ വലിച്ചുകേറ്റി ഇവിടെ ബോധം കെട്ടു കിടന്നാൽ ഞാൻ ആ രണ്ടുബോഡിയേയും നിന്നേയും മറവു ചെയ്യേണ്ടി വരും. നാളെ നേരം വെളുത്താൽ ഇവിടെ പണിക്കാരു വരും. അതിനു മുമ്പ് എന്തെങ്കിലും ചെയ്യണം.”

“ഞാനെന്തു ചെയ്യണമെന്നു നീ പറയ്?”

“ബോഡി രണ്ടും മറവു ചെയ്യണം. വാ..”

സലോമി സ്റ്റോർ റൂമിൽ നിന്ന് ടൂൾ ബോക്സ് എടുത്തു കൊണ്ടു വന്നു.

“നീ എന്തു ചെയ്യാൻ പോകുന്നു?”

സന്ദീപ് ആശങ്കയോടെ ചോദിച്ചു

“വാടാ പൊട്ടാ.”

സലോമി അടുക്കളയിലേക്കു നടന്നു

അവൾ ഒരു ടോർച്ചു തപ്പിയെടുത്ത് സന്ദീപിനു നേരേ നീട്ടി

“ഇന്നാ പിടി..”

ഇരുവരും അടുക്കളവാതിൽ തുറന്നു പുറത്തിറങ്ങി.

സലോമി ബയോഗ്യാസ് പ്ലാന്റിനു മുന്നിലെത്തി.

“ഇതിന്റെ അടപ്പൊന്നു തുറക്കണം. വായ്വട്ടത്തിലൂടെ ബോഡി ഇടാൻ പറ്റത്തില്ല”

സലോമി പറഞ്ഞു.

അത് രണ്ടര മീറ്റർ വ്യാസമുള്ള ഒരു ബയോ ഗ്യാസ് പ്ലാന്റാണ്.

നിലത്ത് കുഴിച്ചിട്ടിരിക്കുകയാണ്. ഭൂമിക്കു മുകളിൽ രണ്ടടി ഉയരം കാണും.

“നട്ടും ബോൾട്ടും ഇട്ടു മുറുക്കിയതാണ്.”

സന്ദീപ് ഗ്യാസ് പ്ലാന്റ് പരിശോധിച്ചു.

“അതിനാണ് ഈ ടൂൾ കിറ്റ്. നോക്കി നിൽക്കാതെ അടപ്പ് അഴിച്ചെടുക്കൂ.”

സലോമി അടക്കിപ്പിടിച്ച് നിർദേശിച്ചു.

അവൾ ചുറ്റും നോക്കി.

വലിയ പുരയിടമാണ്.

അടുത്ത് ആൾത്താമസവുമില്ല.

അടുക്കളപ്പുറമായതിനാൽ റോഡിലൂടെ പോകുന്നവരും കാണില്ല.

സന്ദീപ് പ്ലാന്റിന്റെ അടപ്പ് അഴിക്കാൻ തുടങ്ങി.

അരമണിക്കൂർ നേരത്തെ പ്രയത്നം വേണ്ടി വന്നു അതിന്.

സലോമിയും സന്ദീപും കൂടി ഭാരമുള്ള അടപ്പ് പിടിച്ചു മാറ്റി വച്ചു.

അതിനുള്ളിൽ നിന്നു ദുർഗന്ധം വമിച്ചു.

ഇരുവരും മൂക്കുപൊത്തി.

"സലോമി, നിന്റെ ബുദ്ധി അപാരം.."

സന്ദീപ് അഭിനന്ദിച്ചു.

"നോക്കി നിൽക്കാതെ നീ വേഗം വാ."

സലോമി സന്ദീപിനെ പിടിച്ചു വലിച്ചുകൊണ്ട് അകത്തേക്കോടി.

അവൾ ഒരു പ്ലാസ്റ്റിക്ക് ഷീറ്റ് എടുത്തു.

അതിൽ വില്യംസിന്റെ ബോഡി എടുത്തിട്ടു.

ഇരുവരും കൂടി അതു തൂക്കിയെടുത്ത് ഗ്യാസ് പ്ലാന്റിലിട്ടു.

സെബാസ്റ്റ്യന്റെ ബോഡിയും അങ്ങനെ തന്നെ ചെയ്തു.

എന്നിട്ട് പ്ലാന്റിന്റെ അടപ്പ് ഭദ്രമായി അടച്ചു.

മുറിയിലെ രക്തം മുഴുവനായി കഴുകി വെടിപ്പാക്കി.

എല്ലാം കഴിഞ്ഞപ്പോൾ സന്ദീപ് പറഞ്ഞു:

"നമ്മുടെ ഡ്രസിൽ ചോര പറ്റിയിട്ടുണ്ട്. ഇതെല്ലാം കത്തിച്ചു കളയണം."

"അതൊക്കെ ഞാൻ ചെയ്തോളാം."

സലോമി തിടുക്കത്തിൽ ക്ലോക്കിലേക്കു നോക്കി

"ദേ ഇപ്പോൾ പുലർച്ചെ നാലു മണിയായിട്ടുണ്ട്. നീ കുളിച്ചു ഫ്രഷായി അച്ചായന്റെ മുണ്ടും ഷർട്ടും ധരിച്ചു വേഗം സ്ഥലം വിട്ടോ."

"ഇനിയെന്താ പ്ലാൻ എന്നു പറയ്?"

സന്ദീപ് അവളുടെ കണ്ണുകളിലേക്കു നോക്കി.

സലോമി അൽപനേരം ആലോചിച്ചു.

"ജോലിക്കാരു വരും. അപ്പോൾ ഞാൻ പറയും, അച്ചായൻ വെളുപ്പിനു ബാംഗ്ലൂർക്കു പോയെന്നും പറയും. അച്ചായന്റെ

ഇടപാടുകാരും കൂട്ടുകാരും ചോദിച്ചാലും ഇതു തന്നെ പറയും. വില്യംസല്ലാതെ വേറേ ബന്ധുക്കളൊന്നുമില്ലാത്തതിനാൽ അനാവശ്യ ചോദ്യങ്ങൾ ഉണ്ടാവില്ല. രണ്ടു ദിവസം കഴിഞ്ഞ് ഞാനും ഇവിടെ നിന്ന് ഇറങ്ങും. അച്ചായന്റെ കൂടെ ബാംഗ്ലൂരിലേക്കെന്നു പറഞ്ഞ്. ഇതിനിടയിൽ ആർക്കെങ്കിലും അച്ചായൻ ആർക്കെങ്കിലും കാശോ മറ്റോ കൊടുക്കാനുണ്ടെങ്കിൽ അതു സെറ്റിൽ ചെയ്യണം. കാശു കിട്ടാനുള്ളവരേ ശല്യപ്പെടുത്തൂ. തരാനുള്ളവർ ശല്യപ്പെടുത്തില്ല. പണിക്കാരൻ പാപ്പച്ചനെ വീടു നോക്കാൻ ഏൽപ്പിക്കാം. പിന്നെ ഒരു വർഷത്തിനുള്ളിൽ നൈസായി ഇതു വിറ്റ് ദൂരെയൊരിടത്ത് ചേക്കേറണം. ഇതാണെന്റെ ഐഡിയ."

"നീ പൊളിച്ചു മുത്തേ.."

സന്ദീപ് അവളെ കെട്ടിപ്പിടിച്ചു ചുംബിച്ചു.

അവന്റെ ചുംബനത്തിന്റെ സുഖം വല്ലാത്ത രീതിയിൽ സിരകളിൽ പടരുന്നതായി സലോമിക്കു തോന്നി.

അടിവയറിനു കീഴിൽ എന്തോ തിടുക്കപ്പെട്ടുണരുന്നതുപോലെ.

സലോമി അപകടം മണത്ത് ആലിംഗനത്തിൽ നിന്നു പിൻമാറി.

"നീ വേഗം കുളിച്ചിട്ട് സ്ഥലം വിട്.."

സലോമി അവനോടു പറഞ്ഞു.

സന്ദീപ് കുളിക്കാൻ പോയി.

അവൻ കുളി കഴിഞ്ഞു വന്നപ്പോഴേക്കും സലോമി ചായ തയ്യാറാക്കിയിരുന്നു.

അവനതു കുടിച്ചിട്ട് കാറിൽ കയറി സ്ഥലം വിട്ടു.

സലോമി നെടുവീർപ്പോടെ ചിന്തിച്ചിരുന്നു.

13

അധ്യായം 13

സമയം പുലർച്ചെ നാലര.

സലോമി ചിന്തയിൽ ഞെട്ടിയുണർന്നു നിന്നുണർന്നു

അവൾ വസ്ത്രങ്ങളെല്ലാം അഴിച്ചു കളഞ്ഞിട്ട് കുളിമുറിയിൽ കയറി.

അടിവയറ് ഇപ്പോൾ വല്ലാതെ വീർത്തിരിക്കുന്നു.

ഇത് കണ്ടകക്കറ്റന്റെ ബീജമാണ്.

ഒരു ദിവസത്തെ ഗർഭത്തിന് മൂന്നോ നാലോ മാസത്തെ വളർച്ച

സലോമിക്കു ഭീതി തോന്നി.

ഇതു പത്തു മാസം എത്തുമ്പോഴേക്കും തന്റെ വയറുപൊട്ടിപ്പോകുമല്ലോ.

ഇത് അബോർഷൻ ചെയ്തു കളയണം.

സന്ദീപിനോടു പോലും പറഞ്ഞിട്ടില്ല.

അവൾ ഷവർ തുറന്നിട്ട് ജലപ്രാവാഹത്തിനടിയിൽ നിന്നു.

ദേഹത്തു പറ്റിയിരുന്ന ചോര കഴുകിപ്പോയി.

സലോമി കുളി കഴിഞ്ഞു ദേഹം തുവർത്തി ഡ്രസ് ചെയ്തിട്ട് ഒന്നു മയങ്ങി.

അവൽ അതിവേഗം ഒരു സ്വപ്നത്തിലേക്കു വഴുതി വീണു.

പ്രാചീനമായ ഏതോ കാലം.

എണ്ണപ്പന്തങ്ങൾ ആളി കത്തുന്ന കൽത്തൂണുകൾ നിറഞ്ഞ ഒരു താവളം.

അർദ്ധരാത്രിയുടെ നിഗൂഢയാമത്തിൽ കൊളിക്കുറവന്മാരുടെ നിലവിളി.

കറുത്ത പക്ഷത്തിലെ അഷ്ടമിയായതുകൊണ്ടാവാം അന്തരീഷത്തിന് ഇത്രയും ഉഗ്രഭാവം.

രക്തം ഉണങ്ങിപ്പിടിച്ച തറയിൽ കോപിഷ്ഠയായി തുള്ളുകയാണ് അവൾ.

മുന്നിൽ വിശാലമായ ഹോമകുണ്ഡം.

അതിനുമുന്നിൽ പന്തങ്ങൾ കുത്തിനിറുത്തിയ കുരുതിക്കളം.

ഏറ്റവും പിന്നിലായി ഒരാളുയരമുള്ള പ്രതിഷ്ഠ.

കണ്ടകക്കറ്റന്റെ പ്രതിഷ്ഠ.

കത്തുന്ന കണ്ണുകളും നീണ്ട നാവും കൊണ്ട് ഉഗ്രരൂപിയായ കണ്ടകക്കറ്റൻ.

ബലി പീഠത്തിന് സമീപം കറുത്ത ഒരു മനുഷ്യനെ കണ്ണുകെട്ടി നിറുത്തിയിട്ടുണ്ട്.

അയാൾക്ക് ഉത്തസ്വാമിയുടെ രൂപമായിരുന്നു.

ചെത്തിപ്പൂമാലയണിഞ്ഞ് ബലിമൃഗമായി മാറിയ അയാൾ ഒന്നും മിണ്ടുന്നില്ല. നിലവിളിക്കുന്നുപോലുമില്ല.

ചുവന്ന പട്ടുടുത്ത് കോമളഗാത്രയായ അവൾ തുള്ളിക്കൊണ്ടിരുന്നു.

അവലുടെ കൈയിൽ കൊടുവാള് മിന്നിത്തിളങ്ങി.

അവളുടെ നിതംബവും മുലകളും ഉഗ്രതാളത്തിനനുസരിച്ച് കാമമുണർത്തി ചലിച്ചുകൊണ്ടിരുന്നു.

പൊടുന്നനെ അവളുടെ അടിവയറിനുള്ളിൽ എന്തോ കൊളുത്തിപ്പിടിക്കുന്നതുപോലെ തോന്നി.

അവളുടെ നൃത്തത്തിന്റെ ചടുലതക്ക് ഭംഗം വന്നു.

ഗർഭപാത്രത്തിലെ പൊട്ടിയ മാസംക്കഷണം രക്തത്തോടൊപ്പം പുറത്തേക്ക് ആർത്തിരമ്പി വന്നു.

ആർത്തരക്തം തുടകളിലൂടെ താഴേക്കൊഴുകി.

അത് തറിയിൽ പതിച്ച് അസാധാരണമാംവിധം ഹോമകുണ്ഡത്തിലേക്കു ചാലിട്ടൊഴുകി.

അവൾ ഒന്നു ഞെട്ടി.

വ്രതത്തിന് ഭംഗം വന്നിരിക്കുന്നു.

പൂജയും ബലിയും മുടങ്ങിയിരിക്കുന്നു.

അവൾ തറയിൽ മുട്ടുകുത്തി.

ആ സമയം ഒരു മുരൾച്ച കേട്ടു.

ബലിമൃഗം മുരളുന്നു.

ഉത്തസ്വാമിയുടെ രൂപമുള്ള ആ ബലിമനുഷ്യൻ കൈകകളിലെ കെട്ടി വലിച്ചുപൊട്ടിച്ച് ആർത്തട്ടഹസിച്ചു ചിരിച്ചു.

പിന്നെ പാഞ്ഞു വന്ന് അവൾ വലിച്ചെറിഞ്ഞ കൊടുവാൾ കൈയിലെടുത്തു.

കടുത്ത വേദനയും അപമാനവും നിരാശയും കൊണ്ട് തലകുനിച്ചിരുന്ന അവളുടെ നേരേ ആ കൊടുവാൾ ഉയർന്നു താണു.

അവളുടെ ശിരസ് ഉരുണ്ടുരണ്ട് ഹോമകുണ്ഡത്തിൽ പതിച്ചു.

കബന്ധത്തിൽ നിന്ന രക്തം ചീറ്റിയൊഴുകി.

അയാൾ അവിടെയുണ്ടായിരുന്ന ഒരു തലയോട്ടിയിൽ അതു ശേഖരിച്ച് കണ്ടകക്കറ്റനെ അഭിഷേകം ചെയ്തു വണങ്ങി.

സലോമി സ്വപ്നത്തിൽ നിന്നു ഞെട്ടിയുണരുമ്പോൾ കോളിംഗ് ബെൽ തെരുതെരെ അടിക്കുന്നുണ്ടായിരുന്നു.

അവൾ ഓടിച്ചെന്ന് വാതിൽ തുറന്നു.

പണിക്കാരൻ പാപ്പച്ചനായിരുന്നു.

"ആ പാപ്പച്ചനായിരുന്നോ?"

"ഓ ഞാനെന്തോരം വിളി വിളിച്ചു. കൊച്ചമ്മ എപ്പോ വന്നു?"

"ഞാൻ പാതിരാത്രി വന്നു. ഇച്ചായൻ വെളുപ്പിന് ബാംഗ്ലൂർക്ക് പോയി."

"അയ്യോ അതെന്നാ പരിപാടിയാ കാണിച്ചേ..?"

പാപ്പച്ചൻ ഞെട്ടലോടെ തിരിഞ്ഞു നിന്നു.

സലോമിയുടെ ഉള്ളിൽ ഒരു കൊള്ളിയാൻ മിന്നി.

എന്നാലും അവൾ പുറമേ പ്രകടിപ്പിച്ചില്ല.

"എന്നാ പാപ്പച്ചാ കാര്യം?"

"ഇന്ന് തൊടുപുഴക്കു പോകാന്നു പറഞ്ഞതാ. കുറ്റിക്കുരുമുളക് തൈ വാങ്ങണം. അഡ്വാൻസ് കൊടുക്കേണ്ടതല്ലിയോ?"

സലോമി ദീർഘനിശ്വാസം ഉതിർത്തു

"ഓ അതായിരുന്നോ. ഇച്ചായൻ പറഞ്ഞായിരുന്നു. അവരോട് സാധനം കൊണ്ടത്തരാൻ പറയ്. നിന്റെയീ നമ്പറില്ലേ?"

"ഒണ്ട്."

"വിളിച്ചു പറ. കാശ് അക്കൗണ്ടിലേക്കിട്ടു കൊടുത്തേക്കാം."

"ശരി. ആ ഷെഡ്ഡിന്റെ താക്കോലിങ്ങു തന്നേക്ക്."

പാപ്പച്ചൻ തല ചൊറിഞ്ഞു.

സലോമി പണിക്കാരുടെ ഷെഡ്ഡിന്റെ താക്കോലുകൊണ്ടു വന്നു കൊടുത്തു.

പാപ്പച്ചൻ തൊടിയിലേക്കു നടന്നു.

സലോമി ആശ്വാസത്തോടെ നിശ്വസിച്ചു.

14

അധ്യായം 14

രാവിലെ പതിനൊന്നു മണി കഴിഞ്ഞതേ ഉള്ളൂ.

ഷീനാ ക്ലിനിക്കിൽ സലോമി എത്തുമ്പോൾ നല്ല തിരക്കുണ്ടായിരുന്നു.

തിരുവാങ്കുളത്തെ പ്രശസ്ത ഗൈനക്കോളജിസ്റ്റാണ് ഡോക്ടർ ഷീന. തെരുവിലെ തിരക്കിൽ നിന്നു മാറി ഉള്ളിലേക്കു കയറി നിൽക്കുന്ന ഒരു രണ്ടു നില കെട്ടിടത്തിലാണ് ഷീന ക്ലിനിക്ക് പ്രവർത്തിക്കുന്നത്. അവർ സലോമിയുടെ സുഹൃത്തുമാണ്.

സലോമി തിരക്കൊഴിയാൻ കാത്തിരുന്നു.

അതുവരെ അവൾ വാട്ട്സാപ്പ് നോക്കിക്കൊണ്ടിരുന്നു.

സന്ദീപിന്റെ മെസേജുകളുണ്ട്.

'ഗുഡ് മോണിങ്ങ് ..ചായ കുടിച്ചോ..'തുടങ്ങിയ കുശലങ്ങളും ഉപദേശ ട്രോളുകളും. സലോമിക്ക് സുഹൃത്തുക്കൾ അധികം പേരൊന്നുമില്ല. എങ്കിലും നല്ലൊരു ഗുഡ്മോണിങ്ങ് കണ്ടെന്റ് എല്ലാവർക്കും ഫോർവേഡ് ചെയ്തു. പിന്നാലെ മറുപടി പ്രവാഹം വന്നു. 'പതിനൊന്നു മണിക്കാണോടി ഗുഡ് മോണിങ്ങ്, നിനക്കിപ്പോഴാണോ നേരം വെളുത്തേ' ഇങ്ങനെ പോയി മെസേജ്ശരങ്ങൾ.

അപ്പോഴേക്കും ക്യാബിൻ തുറന്ന് ഡോ. ഷീന ഇറങ്ങി വന്നു

"ങാ നീയിവിടെ വന്നിരിപ്പുണ്ടായിരുന്നോ. എന്നതാടി വിശേഷം. ഇച്ചായനു സുഖമല്ലേ..?"

സലോമി തിടുക്കത്തിൽ ഷീനയുടെ കൈ പിടിച്ച് ക്യാബിനകത്തേക്കു കടന്നു.

"എടീ എനിക്കൊരു സംശയം!"

"ശരി..ഞാനൊന്നു ചെക്ക് ചെയ്യാം... നീയൊന്നു ബെഡ്ഡിൽ കയറി കിടന്നേ..?"

സലോമി കൺസൾട്ടങ്ങ് റൂമിലെ ബെഡ്ഡിൽ കയറി കിടന്നു.

ഡോ. ഷീന അവളെ പരിശോധിച്ചു.

ഷീനയുടെ മുഖം മാറുന്നത് സലോമി ഉറ്റുനോക്കി.

"മൂന്നു മാസം...ഇതുവരെ നീ ഇതെന്തേ എന്നോടു പറഞ്ഞില്ല?"

ഷീന ചോദിച്ചു.

സലോമി ഒന്നു പരുങ്ങി.

അവൾ പറഞ്ഞു:

"രണ്ടു ദിവസമായി എനിക്കു സംശയമുണ്ടായിരുന്നു.."

"പ്രഗ്നൻസി മൂന്നു മാസമായിട്ടും നീ അറിഞ്ഞില്ല എന്നു പറഞ്ഞാൽ നിന്നെ തല്ലണം."

ഷീന നീരസത്തോടെ തുടർന്നു:

"നീയിതറിയാതെ ഈ കുഞ്ഞിനെന്തെങ്കിലും പറ്റയിരുന്നെങ്കിലോ..ഇനി കെയർ ചെയ്യണം കേട്ടോ. ഞാൻ കുറച്ചു മരുന്നെഴുതിത്തരാം. നീയെഴുന്നേറ്റോ."

ഡോ. ഷീന കസേരയിൽ വിന്നിരുന്ന് മരുന്നുകൾ കുറിക്കാൻ തുടങ്ങി.

സലോമി എഴുന്നേറ്റു വന്ന് അവളുടെ കൈ പിടിച്ചു.

"എടീ ഞാനൊരു കാര്യം പറഞ്ഞാൽ നീ പിണങ്ങുമോ?"

"എന്താടി?"

"ഇത്...!!"

"ഇത്?"

"എനിക്കിതിനെ വേണ്ട.."

"നിനക്കെന്താ പ്രാന്താണോ സലോമി, എത്ര നാളു കാത്തിരുന്നിട്ടാ ഒരു കുഞ്ഞിനെ കിട്ടുന്നേ?"

ഡോ. ഷീന ക്ഷുഭിതയായി.

സലോമി എന്തു പറയണമെന്നാലോചിച്ചു.

ഇത് കണ്ടകക്കറ്റന്റെ കുഞ്ഞാണെന്ന് പറഞ്ഞാൽ ഡോ ഷീന വിശ്വസിക്കുമോ? മിനിഞ്ഞാന്നുണ്ടായ ഗർഭമാണെന്നു പറഞ്ഞാൽ ആരെങ്കിലും വിശ്വസിക്കുമോ? ഇപ്പോൾത്തന്നെ ഷീന പറഞ്ഞത്

ഇതിന് മൂന്നു മാസം ഉണ്ടെന്നാണ്.

"നീയെന്താ ഒന്നും മിണ്ടാത്തേ?"

ഡോ. ഷീന ചോദിച്ചു.

ഒടുവിൽ സലോമി പറഞ്ഞു:

"ഇത് സെബാസ്റ്റ്യന്റേതല്ല."

ഡോ. ഷീന ഒന്നു ഞെട്ടി.

"പിന്നെ?"

"അതു നീയറിയണ്ട."

ഡോ ഷീന ആലോചനയിൽ മുഴുകി.

സലോമി ആകാംക്ഷയോടെ ഷീനയുടെ മുഖത്തു കണ്ണുകൾ നട്ട് കസേരയിലിരുന്നു.

അൽപസമയത്തിനുശേഷം ഷീന പറഞ്ഞു:

"ഇതിപ്പോൾ നിന്റെ കുഞ്ഞാണ്. പിതൃത്വം ആരുടേതുമാകട്ടെ. എന്തായാലും പറയാൻ നിനക്കൊരു ഭർത്താവുണ്ടല്ലോ. ഇതു കളയണ്ട എന്നു തന്നെയാണ് എന്റെ അഭിപ്രായം. ഇതിന്റെ പിതൃത്വം സംബന്ധിച്ച് സെബാസ്റ്റ്യൻ പോലും അറിയണ്ട." സെബാസ്റ്റ്യനൊന്നും ഇനിയിതിനെക്കുറിച്ച് അറിയാനേ പോകുന്നില്ല. സലോമിയുടെ ഉള്ളു പിടഞ്ഞുകൊണ്ടിരുന്നു. അവൾ ഷീനയോടു പറഞ്ഞു:

"ഇത് നീയുദ്ദേശിക്കുന്ന തരത്തിൽ സധാരണ ഒന്നല്ല."

"പിന്നെ?"

"അതെനിക്കു പറയാൻ പറ്റില്ല."

"എനിക്കറിയാം. അവിഹിതിത്തിന് എല്ലാവരും ഇങ്ങനെയാ പറയാറ്. ഞാനിതെത്ര കണ്ടിരിക്കുന്നു. നീ പോകാൻ നോക്ക്. ഞാനിതു കളയാൻ കൂട്ടു നിൽക്കില്ല.."

ഡോ. ഷീന ഉറപ്പിച്ചു പറഞ്ഞു.

അപ്പോൾ അവരെ നിരീക്ഷിച്ചുകൊണ്ട് ഫാൾസ് സീലിങ്ങിൽ അവരുടെ തലക്കു മുകളിലായി അസാധാരണ വലുപ്പമുള്ള ഒരു കറുത്ത ഗൗളി ഇരിപ്പുണ്ടായിരുന്നു.

സലോമിയുടെ മനസ് ഇടിഞ്ഞു. അവൾ ചാടിയെഴുന്നേറ്റു.

"നിനക്കു പറ്റില്ലെങ്കി വേണ്ട... ഇന്നാട്ടിൽ നീ മാത്രമല്ല പേറേടുക്കുന്നവർ.."

സലോമി ഒരു കൊടുങ്കാറ്റുപോലെ പുറത്തേക്കിറങ്ങിപ്പോയി. ഡോ. ഷീന അമ്പരപ്പോടെയിരുന്നു.

15

അധ്യായം 15

സലോമി വീട്ടിലെത്തിയപ്പോൾ രണ്ടുപേർ കാത്തു നിൽക്കുന്നുണ്ടായിരുന്നു.

പാപ്പച്ചൻ ഓടി വന്നു.

"കൊച്ചമ്മേ, കുരുമുളകു തൈയുടെ ആൾക്കാരാ. സാധനം എത്തിച്ചിട്ടുണ്ട്."

"ശരി എത്രയാ ഇവരുടെ ബില്ല്?"

സലോമി ചോദിച്ചു.

കുരുമുളകു നഴ്സറിയുടെ ആളുകൾ അടുത്തേക്കു വന്നു.

അവർ പറഞ്ഞു:

"ഒന്നേമുക്കാൽ ലക്ഷം രൂപ. ആറായിരത്തി അഞ്ഞൂറു രൂപ ഡിസ്ക്കൗണ്ട്. അതു കഴിച്ചിട്ട് ബാക്കി ...."

സലോമി അപ്പോഴേക്കും ഇടക്കു കയറി പറഞ്ഞു.

"പറ്റുമെങ്കിൽ ഇന്നു തന്നെ സെറ്റിൽ ചെയ്തേക്കാം. ഇച്ചായൻ ബാംഗ്ലൂരു പോയിരിക്കുവാ. നിങ്ങളുടെ ബാങ്ക് ഡീറ്റെയിൽസ് ഇമെയിൽ ചെയ്തേക്ക്...ഓക്കേ."

"ശരി മാഡം."

അവർ കാറിൽ കയറി പോയി.

സലോമി വീട്ടിലേക്കു കയറി.

അവൾ ലാപ്ടോപ്പു തുറന്ന് നെറ്റ് ബാങ്കിൽ കയറി സെബാസ്റ്റ്യന്റെ ബാങ്ക് അക്കൗണ്ടു പരിശോധിച്ചു.

ആകെയുള്ളത് രണ്ടര ലക്ഷം രൂപയാണ്.

ഇതീന്ന് കുരുമുളകുതൈക്കാരുടെ തുക കൊടുത്താൽ എട്ടിന്റെ പണി കിട്ടും.

അപ്പോഴത്തെ പരിഭ്രമത്തിൽ കയറി പറഞ്ഞുപോയതാണ്. ആ ഓർഡറങ്ങു ക്യാൻസൽ ചെയ്താൽ മതിയായിരുന്നു. സലോമി ആലോചനയിൽ മുഴുകി.

അവൾ എന്തോ തീരുമാനിച്ചുറപ്പിച്ച് എഴുന്നേറ്റു

പൂമുഖത്തു വന്നപ്പോൾ പാപ്പച്ചനും രണ്ടു പണിക്കാരും തൊടിയിൽ നിൽക്കുന്നത് കണ്ടു.

“പാപ്പച്ചാ”

സലോമി വിളിച്ചു.

പാപ്പച്ചൻ ഓടി വന്നു.

“എന്താ കൊച്ചമ്മേ?”

“ആ കുരുമുളകു തൈ എന്ത്യേ?”

“അതോ ...അത് മഴുവന്നൂര് കുഞ്ചെറിയേടെ സ്ഥലം പാട്ടത്തിനെടുത്തിട്ടില്ലേ..അവിടാ.”

“അതെന്താ അവിടെ?”

“അവിടെയാ കുരുമുളകു കൃഷി.”

“പാട്ടത്തിനെടുത്ത സ്ഥലത്തോ..ദൈവമേ ഇച്ചായന് പ്രാന്താണോ.. പാട്ടത്തിനെടുത്ത സ്ഥലത്ത് വല്ല കപ്പക്കൃഷിയോ നെൽക്കൃഷിയോ വാഴക്കൃഷിയോ നടത്താം. ഈ കുരുമുളകു കൃഷിയൊക്കെ ചെയ്താൽ സ്ഥലമുടമ ഇറങ്ങിക്കൊടുക്കാൻ പറഞ്ഞാൽ നമ്മളു പെട്ടില്ലേ..?”

“ഇതൊക്കെ ഇപ്പ ഇങ്ങനെയാ..”

“ഉം..ശരി..ശരി..”

സലോമി തലകലുക്കിക്കൊണ്ടു അകത്തേക്കു പോയി.

ആ പൈസ പോകാതിരിക്കാൻ എന്താണുവേണ്ടതെന്ന് അവൾ തല പുകഞ്ഞാലോചിച്ചു.

വീട്ടുജോലിക്കാരി മേരി വന്നു ചോറും കറികളുമുണ്ടാക്കി.

മേരി പല കാര്യങ്ങളും കുത്തിക്കുത്തി ചോദിക്കുന്ന സ്ത്രീയാണ്.

സലോമി ഗൗരവത്തിൽ എല്ലാത്തിൽ നിന്നും ഒഴിഞ്ഞുമാറി.

ഇടക്ക് അവൾ ആ ബയോഗ്യാസ് പ്ലാന്റിനു സമീപം ചെന്നു നോക്കി,

എന്തെങ്കിലും അടയാളങ്ങൾ ഉണ്ടോയെന്ന്. സംശയകരമായി ഒന്നുമില്ല. തലേ രാത്രി ചോര പറ്റിയ സന്ദീപിന്റേയും അവളുടേയും

വസ്ത്രങ്ങൾ അവൾ ഗോപ്യമായി കത്തിച്ചു കളഞ്ഞു.

ഉച്ചക്കു ഊണു കഴിഞ്ഞ് കിടക്കയിൽ ഒന്നു മയങ്ങാൻ കിടക്കവേ അവൾ സന്ദീപിനെ ഓർത്തു.

അവൾ ഉടൻതന്നെ അവനെ വിളിച്ചു.

നീലിമാ പണിക്കർ പിണങ്ങിപ്പോയതിന്റെ വിഷമത്തിലായിരുന്നു സന്ദീപ്.

വെളുപ്പിന് കുണ്ടന്നൂരിലെ ഫ്ളാറ്റിൽ ചെന്നപ്പോൾ നീലിമ ഫ്ളാറ്റും പൂട്ടി സ്ഥലം വിട്ടിരുന്നു.

താക്കോലും കൊണ്ടാണ് അവൾ പോയത്. വെളുപ്പിനു നാലരക്കു സന്ദീപ് ശരിക്കും പെട്ടുപോയി. അവൻ നീലിമയുടെ ഫോണിൽ വിളിച്ചു. കുറേ നേരത്തെ പരിശ്രമത്തിനുശേഷം അവൾ ഫോണെടുത്തു. അവൾ കടവന്ത്രയിലെ ഒരു കൂട്ടുകാരിയുടെ അടുത്തുണ്ടായിരുന്നു. അവൾ പറഞ്ഞ തെറിയെല്ലാം അവനു കേൾക്കേണ്ടി വന്നു.ഒടുവിൽ അവൻ അവളുടെ അടുത്തുചെന്നു ഫ്ളാറ്റിന്റെ താക്കോലും വാങ്ങിക്കൊണ്ടു വന്നു. പോരാൻ നേരം അവളുടെ കരണക്കുറ്റിനോക്കി സന്ദീപ് ഒരെണ്ണം കൊടുക്കുകയും ചെയ്തു. നീലിമക്ക് അത് അപ്രതീക്ഷിതമായിരുന്നു. ഈ കഥയൊന്നും സലോമിയോടു പറയാൻ പറ്റില്ലല്ലോ.

സലോമി വിളിച്ചപ്പോൾ സന്ദീപ് ഓഫീസിലായിരുന്നു.

"എന്തായി കാര്യങ്ങൾ?"

"നീയിന്നു വരുമോ സന്ദീപ്?"

"എന്തേ, പ്രശ്നം വല്ലതുമുണ്ടോ?"

"പ്രത്യേകിച്ചൊന്നുമില്ല. ഒരു ചെറിയ സഹായം."

"ഇന്നലത്തെപ്പോലെ ചെറിയ സഹായം."

സന്ദീപ് ചിരിച്ചു.

"പോടാ.."

സലോമി പരിഭവിച്ചു

"നീയെന്തായാലും വാ."

"വന്നിരിക്കും കരളേ."

സന്ദീപ് ഫോണിൽ ഉമ്മ വച്ചു.

അപ്പോൾ അപ്പുറത്തെ ഹാഫ് ക്യാബിനിലിരുന്ന് സഹപ്രവർത്തക സെലീന അവനോടു ചോദിച്ചു:

“എന്താടാ ചെറുക്കാ ഫോണിൽ ഉമ്മ വച്ചു കളിക്കുന്നത്?”
സന്ദീപ് നാണിച്ചു തല താഴ്ത്തി.

16

അധ്യായം 16

അന്നു വൈകുന്നരം ഓപീസിൽ നിന്നിറങ്ങിയപാടെ സന്ദീപ് നേരേ കാറോടിച്ചുപോയത് കുണ്ടന്നൂരിലേക്കായിരുന്നില്ല കോലഞ്ചേരിക്കായിരുന്നു, സലോമിയുടെ വീട്ടിലേക്ക്.

രാത്രി എട്ടുമണിയായപ്പോൾ അവൻ സലോമിയുടെ വീട്ടിലെത്തി.

"ഞാനൊന്നു കുളിച്ചു ഫ്രഷായിക്കോട്ടെ.."

വന്നപാടെ അവൻ ബാത്ത്റൂമിലേക്കു പോയി.

അവൻ കുളി കഴിഞ്ഞു വന്നപ്പോഴേക്കും സലോമി ചായ തയ്യാറാക്കിക്കൊണ്ടു വന്നു.

സന്ദീപ് പുച്ഛരത്തോടെ അവളെ നോക്കി,

"ഈ സമയത്ത് ചായയോ?"

"പിന്നെ ചായയല്ലാതെ ഈ സമയത്തു ചാരായമാണോ കുടിക്കുന്നത്?"

"നിങ്ങള്ളു ക്രിസ്ത്യാനികള് ഊണുമേശയിൽ വിസ്കിക്കുപ്പീം കെട്ടിപ്പിടിച്ചാണിരിപ്പ് എന്നൊരു സിനിമാക്കൊച്ച് പറയുന്നത് കേട്ടു പറഞ്ഞതാണെന്റെ പൊന്നോ."

"അയ്യോ നിങ്ങള്ളു നായമ്മാര് പിന്നെ കുപ്പീന്നു പറയണ സാധനം കണ്ടിട്ടില്ലല്ലോ.. ഞങ്ങള്ളു ക്രിസ്ത്യാനികള് ചാരായത്തിൽ കുളിച്ചല്ലേ കിടക്കുന്നേ.."

സലോമി അതും പറഞ്ഞ് ഒരു വിസ്കിക്കുപ്പി എടുത്തുകൊണ്ടു വന്നു.

സന്ദീപ് വിസ്കിക്കുപ്പിയുടെ അടപ്പു തുറന്നു വാസനിച്ചു

"നായമ്മാരുക്ക് വിസ്കിയല്ല നല്ലൊന്താരം വാറ്റാ ഇഷ്ടം."

"വാറ്റോ..?"

"അയ്യോ കേട്ടിട്ടില്ലേ?"

"കേട്ടിട്ടുണ്ട്. അടിച്ചിട്ടുണ്ട്."

"ങ്ഹേ..അതെപ്പോ?"

സന്ദീപ് അത്ഭുതം കൂറി.

ഉത്തസ്വാമിയുടെ പൂജാമുറിയിൽ വച്ചു കിട്ടിയത് വാറ്റായിരുന്നുവെന്ന് സലോമി ഓർത്തു.

"ഓ എപ്പോഴോ?"

സലോമി നിസംഗയായി.

"അതു കിട്ടാനെന്തേലും വഴിയുണ്ടോ?"

"തൽക്കാലം മോൻ ഇതടിക്ക്.."

"ടച്ചിങ്ങ്സ്.."

"മീൻ വറുത്തത് മതിയോ?"

"പോരട്ടെ."

സലോമി അടുക്കളയിൽ പോയി മീൻ വറുത്തതു കൊണ്ടു വന്നു കൊടുത്തു.

സന്ദീപ് കുപ്പി തുറന്ന് വിസ്കി രണ്ടു ഗ്ലാസുകളിലായി പകർത്തി തണുത്ത വെള്ളം ചേർത്തു.

ഒരു ഗ്ലാസ് സലോമിക്ക് നേരേ നീട്ടി.

അവൾ അതു വാങ്ങി സിപ്പു ചെയ്തു.

"എടാ നീയെനിക്കൊരുപകാരം ചെയ്യണം."

"എന്തുവാ ... പറ?"

"ഇച്ചായൻ കുറെ കുരുമുളകു തൈകൾക്കു ഓർഡർ ചെയ്തിരുന്നു."

"എന്നിട്ട്?"

"ആ നാശങ്ങൾ ഇന്ന് സാധനം സപ്ലൈ ചെയ്തിരിക്കുന്നു. രൂപ കുറച്ചൊന്നുമല്ല ഒന്നോമുക്കാൽ ലക്ഷം രൂപയോളം കൊടുക്കണം. ആകെ അങ്ങേരുടെ അക്കൗണ്ടിലുള്ളത് രണ്ടര ലക്ഷമാണ്. ഈ കാശങ്ങുപോയാൽ എന്റെ കാര്യം കട്ടപ്പൊകയാകും. പിടിച്ചു നിക്കണ്ടേ?"

"ഇതിനാണോ ഇത്ര വിഷമിക്കാൻ. കാശു തരാം തരാം എന്നു പറയുക കൊടുക്കാതിരുന്നാൽപ്പോരേ."

"ഇച്ചായൻ ഏൽപിച്ച കേസാ. ഈ ഒരു സാഹചര്യത്തിലല്ലായിരുന്നെങ്കിൽ അങ്ങനെ ചെയ്യാമായിരുന്നു. കാശു കിട്ടാതെ വന്നാൽ ഇവര് ഇച്ചായനെ കിട്ടാൻ സമ്മർദ്ദമുണ്ടാക്കും. അതു പ്രശ്നമാകും."

"ഇതിന് എന്തുചെയ്യാനാണു പ്ലാൻ?"

"പ്ലാനുണ്ട്. നിനക്കു സ്കൂട്ടറോടിക്കാനറിയാമോ?"

"പിന്നേ..ഏതു വണ്ടിയും ഓടിക്കും."

സന്ദീപ് സലോമിയെ നോക്കി അർദ്ധഗർഭമായി പറഞ്ഞു.

"നീ അങ്ങനെ ഇനി എല്ലാ വണ്ടീം ഓടിച്ചുരസിക്കണ്ട."

"ശരി ഇനി നിന്റെ വണ്ടി മാത്രം ഓടിച്ചോളാവേ.."

സന്ദീപ് തൊഴുതു.

"എന്നാ അത്താഴം കഴിഞ്ഞ് നമുക്കൊരിടം വരെ പോണം."

"ആയിക്കോട്ടെ..തല്ലുകൊള്ളിക്കരുതെന്നു മാത്രം."

"ഉറപ്പൊന്നും പറയാൻ പറ്റില്ല. ഇനി നീ വിസ്കി കേറ്റിയതു മതി."

സലോമി കുപ്പി പിടിച്ചു വാങ്ങി മിനിബാറിൽ കൊണ്ടുവച്ചു.

അവൾ തീൻമേശയിൽ അത്താഴം നിരത്തി.

ചോറും മീൻകറിയും വാഴക്കാത്തോരനും ചിക്കനും ഉണ്ടായിരുന്നു.

സന്ദീപ് ലഹരിപിടിച്ച് ആവേശത്തിലായിരുന്നു.

കൈകഴുകി വന്ന അവൻ ഭക്ഷണം വിളമ്പുന്ന സലോമിയെ പിന്നിൽ നിന്നു പുണർന്നു.

അവളുടെ ഷാംപൂ ചെയ്ത മുടിയിൽ ചുംബിച്ചുകൊണ്ട് അവൻ ആ ഉദരത്തിൽ തടവി.

അതിനുള്ളിൽ എന്തോ ശക്തമായി അനങ്ങുന്നതുപോലെ അവനു തോന്നി.

അവൻ ഞെട്ടി കൈകൾ പിൻവലിച്ചു.

അവൻ അവളെ ബലം പ്രയോഗിച്ചു തിരിച്ചു നിർത്തി.

"എന്താടാ?"

സലോമി ചോദിച്ചു.

സന്ദീപ് അവളെ ആസകലം നോക്കി.

കടും നീല വെൽവെറ്റ് നൈറ്റ്ഗൗണായിരുന്നു അവൾ ധരിച്ചിരുന്നത്.

"ഇതെന്താ നിന്റെ വയറ് ഇങ്ങനെയിരിക്കുന്നു?"

"എങ്ങനെ?"

"വല്ലാണ്ട് വീർത്ത്."

സലോമി വല്ലാതായെങ്കിലും അവൾ അതു പുറത്തു കാണിച്ചില്ല. അവൾ പറഞ്ഞു

"നിനക്കു വെള്ളം തലക്കു പിടിച്ചു പ്രാന്തായതാണ്. നീ ചോറുണ്ണ് ചെറുക്കാ.."

അവൾ ഉദരം ചെറുതാക്കിപ്പിടിക്കാൻ ശ്രമിച്ചു. രാവിലത്തേതിനേക്കാൾ അതു വലുതായതായി അവൾക്കു മനസിലായി. ഇനി വസ്ത്രത്തിനകത്ത് ഇതിനെ ഒളിപ്പിക്കുക സാധ്യമല്ല.

അവൾ കസേരയിൽ ഇരുന്ന് ഭക്ഷണം കഴിക്കാൻ തുടങ്ങി.

സന്ദീപും ഭക്ഷണം കഴിച്ചു തുടങ്ങി.

സലോമി അവനെ കടക്കണ്ണുകൊണ്ടു പാളിനോക്കി.

അവൻ അവളെത്തന്നെ ശ്രദ്ധിച്ചു നോക്കിക്കൊണ്ടിരുന്നു..

17

അധ്യായം 17

അത്താഴം കഴിഞ്ഞപ്പോഴേക്കും മണി രാത്രി പത്തര കഴിഞ്ഞിരുന്നു.

കുഗ്രാമമായതിനാൽ റോഡ് വേഗം വിജനമായി.

സലോമി ഡ്രസ് മാറി വന്നു.

അവൾ ഒരു പലാസോയും അയഞ്ഞ ടോപ്പും മങ്കി ക്യാപ്പും ധരിച്ചിരുന്നു. ആ വേഷത്തിൽ അവൾക്കു വയർ അധികം തോന്നിക്കുമായിരുന്നില്ല. സന്ദീപ് അവളുടെ ഉദരത്തെ നോക്കി നെടുവീർപ്പിട്ടു. സലോമി അതു ശ്രദ്ധിച്ചിരുന്നു.

അവൾ നിസംഗഭാവത്തിൽ മുറിയിൽ നിന്നും ഒരു കിറ്റ് എടുത്തുകൊണ്ടുവന്നു,

അവൾ ആജ്ഞാപിച്ചു.

“നീ വണ്ടി സ്റ്റാർട്ട് ചെയ്യടാ.”

സന്ദീപ് ആക്ടിവ സ്കൂട്ടർ സ്റ്റാർട്ടാക്കി. സെബാസ്റ്റ്യൻ ഉപയോഗിച്ചിരുന്ന മുച്ചക്രവണ്ടിയായിരുന്നു അത്.

സലോമി പിന്നിൽ കയറിയിരുന്നു.

“മഴുവന്നൂർക്ക് പോടാ.. വഴി ഞാൻ പറഞ്ഞു തരാം. ഇവിടെ നിന്ന് അരക്കിലോമീറ്ററേ ഉള്ളൂ.”

“ശരി മാഡം.”

അവർ സെബാസ്റ്റ്യൻ പാട്ടത്തിനെടുത്ത കുഞ്ചെറിയായുടെ സ്ഥലം കണ്ടുപിടിച്ചു.

കുരുമുളകുതൈകൾ അവിടെ ഫാംഹൗസായി തയ്യാറാക്കിയ ചെറിയ ഷെഡ്ഡിനുമുന്നിൽ നിരത്തി വച്ചിരുന്നു.

സലോമി കിറ്റിൽ നിന്നു സ്പ്രേ ക്യാപ്പ് പിടിപ്പിച്ച ഒരു കുപ്പിയെടുത്തു.

അവൾ അതു കുരുമുളകുതൈകൾക്കു നേരേ സ്പ്രേ ചെയ്തു.

"എന്താ ഇത്?"

സന്ദീപ് അടക്കിപ്പിടിച്ചു ചോദിച്ചു

"തിന്നർ."

"തിന്നറോ?"

"ങാ..പെയിന്റടിക്കാനുപയോഗിക്കുന്ന തിന്നർ.. ഇതു വീണാൽ ഇലകൾ പൊള്ളി പുള്ളിക്കുത്തുരോഗം ബാധിച്ചപോലെയിരിക്കും. സാധനം തിരിച്ചെടുക്കാൻ ഇതേയുള്ളൂ വഴി. പിന്നെ കാശു കൊടുക്കണ്ടല്ലോ."

"എന്റമ്മോ നിന്റെ ഒടുക്കത്തെ കുരുട്ടുബുദ്ധിയാട്ടോ."

സന്ദീപ് അഭിനന്ദിച്ചു.

അവർ പെട്ടെന്നുതന്നെ കാര്യം നടത്തി തിരികെ വീട്ടിലേക്കു പോന്നു.

സ്കൂട്ടർ പോർച്ചിൽ നിർത്തി സലോമി ഇറങ്ങി.

"എന്നാൽ സന്ദീപേ നീ പൊയ്ക്കോ..."

സന്ദീപ് സ്കൂട്ടറിൽ നിന്നിറങ്ങി ചൊടിച്ചുനിന്നു.

"ദേ ഒരുമാതിരി മറ്റേ വർത്തമാനം പറയരുത്. ഈ പാതിരാത്രിക്ക് ഞാനിനി കുണ്ടന്നൂർക്ക് പോകണമല്ലേ. നടന്നതുതന്നെ."

സന്ദീപ് ഓടി വീടിനകത്തേക്കു കയറി.

സലോമി ആധിയോടെ പിന്നാലെ ചെന്നു.

അവൾക്കു ഭയം തോന്നി.

സന്ദീപ് തന്നെ സ്പർശിച്ചാൽ ഈ രാത്രി ഭയാനകമായിരിക്കും.

തന്നിൽ കാമം ജനിച്ചാൽ തന്നിലെ മന്ദാരയക്ഷി ഉണരും.

മുന്നിൽ കാണുന്ന ആണിന് തന്നെ തൃപ്തിപ്പെടുത്താൻ കഴിഞ്ഞില്ലെങ്കിൽ അവന് ദാരുണാന്ത്യം സംഭവിക്കും. വില്യംസിന് സംഭവിച്ചത് അതാണെന്നു മനസിലാകുന്നു. ഒരു മനുഷ്യന് മന്ദാരയക്ഷിയെ സുരതത്തിലൂടെ കീഴ്പ്പെടുത്താൻ കഴിയില്ല എന്നത് വാസ്തവമാണ് എന്നു ബോധ്യപ്പെട്ടിരിക്കുന്നു.

പക്ഷേ ഇന്നു രാത്രി സന്ദീപ് ഇവിടെ തങ്ങുകയാണെങ്കിൽ തീർച്ചയായും അവൻ തന്റെ ബെഡ്ഡിലുണ്ടായിരിക്കും. അതു പക്ഷേ

ദുരന്തത്തിൽ കലാശിക്കുകയും ചെയ്യും.

പൊടുന്നനെ അവളുടെ തലയിൽ ഒരു വെളിച്ചം മിന്നി. ഒരു ആംഫിറ്റാമിൻ സന്ദീപിനെ രക്ഷിക്കാൻ കഴിയും. അത്തരം ഒരു ലൈംഗികോത്തേജക മരുന്ന് തീർച്ചയായും അവൻ കൊണ്ടുനടക്കാതിരിക്കില്ല.

അവൾക്ക് അതാലോചിച്ചപ്പോൾ തെല്ലൊരാശ്വാസം തോന്നി.

സലോമി നോക്കിയപ്പോൾ വാതിലുകളെല്ലാം സന്ദീപ് തന്നെ അടച്ചുകുറ്റിയിടുകയാണ്.

അവൻ ആർത്തിപൂണ്ട ഒരു മൃഗത്തെപ്പോലെ തന്നെ നോക്കുന്നു.

സലോമി കിടപ്പുമുറിയിലേക്കു ചെന്ന് വസ്ത്രങ്ങൾ മാറ്റാനായി അലമാര തുറന്നു.

സന്ദീപ് വാതിലടച്ച് കിടക്കയിൽ വന്നിരുന്നു.

സലോമി അവനെ നോക്കി.

അവൻ കുസൃതിയോടെ ചിരിച്ചു.

അവൾ ഗൗരവത്തിൽ ചോദിച്ചു.

"എന്തേ...എന്താ നിന്റെ ഉദ്ദേശം?"

"എല്ലാ പ്രതിബന്ധങ്ങളും തകർത്തെറിഞ്ഞ് ആ കോട്ടവാതിവിന് മുന്നിൽ രാജകുമാരൻ വന്നിരിക്കുന്നു."

"കോട്ടമതിൽ ചാടി എത്രയോ തവണ.."

"അതല്ലല്ലോ ഇത്... സ്വന്തമാകുന്ന രാജകുമാരിയെ ഓർത്താണെന്റെ ത്രില്ല്."

സന്ദീപ് പറഞ്ഞപ്പോൾ സലോമി പലാസോയും ടോപ്പും അഴിച്ചു കളഞ്ഞ് നാമമാത്രമായ അടിവസ്ത്രങ്ങളോടെ അലമാരയിൽ നൈറ്റ് ഗൗണിനായി പരതി.

ഈ സമയം സന്ദീപ് എഴുന്നേറ്റു വന്ന് അവളെ മുറുകെ കെട്ടിപ്പിടിച്ചു.

മേലാസകലം എന്തോ വിറയൽ ബാധിക്കുന്നതുപോലെ സലോമിക്കുതോന്നി.

പെരുവിരൽ മുതൽ നെറുക വരെ ഒരു തരിപ്പ് പടരുന്നു.

അവൾ അവനെ സ്വബോധം വീണ്ടെടുത്ത് ഉന്തിമാറ്റി.

സന്ദീപ് പകച്ചുപോയി.

അവൾ രോഷത്തോടെ ചോദിച്ചു:

"ചാകാൻ തന്നെയാണോ നിന്റെ പുറപ്പാട്..?"

"എന്താ?"

സന്ദീപ് അന്തം വിട്ടു ചോദിച്ചു.

സലോമി എന്താണു പിന്നെ പറയേണ്ടത് എന്നറിയാതെ കുഴങ്ങി.

കാര്യങ്ങൾ വിശദമായി പറഞ്ഞാൽ സന്ദീപ് ജീവനും കൊണ്ടോടും. പിന്നെ ജീവിതത്തിലൊരിക്കലും അവനെ തനിക്കു ലഭിക്കില്ല. മാത്രമല്ല അവൻ പിന്നെ പലതും പറഞ്ഞ് പരത്താനും മതി. അവളുടെ തലയിൽ നേരത്തേ മിന്നിയ ആശയം എടുത്തു പുറത്തിട്ടു.

"എടാ നിന്റെ കൈയിൽ ആംഫിറ്റാമിൻ വല്ലതുമുണ്ടോ?"

അതുകേട്ടു സന്ദീപ് പൊട്ടിച്ചിരിച്ചു.

"ഇതാണോ കാര്യം. ഇതിനാണോ നീയെന്നെ തള്ളിമാറ്റിയത്.. നിനക്കെന്നെ നേരിടണമെങ്കിൽ ആംഫിറ്റാമിൻ വേണം. നീയെന്താ പോൺസ്റ്റാറാ..?"

"എടാ മാങ്ങാത്തൊലി..എനിക്കല്ല നിനക്കു വേണം.."

"നിനക്കു പ്രാന്തണോ സലോമി?"

"അതേടാ. എനിക്കു ഭ്രാന്താണ്..കാമഭ്രാന്ത്..ആ ഭ്രാന്തു പിടിച്ചാൽ ഞാൻ എന്നെത്തന്നെ മറന്നുപോകും. എന്നെ തൃപ്തിപ്പെടുത്താൻ നിനക്കു പറ്റിയില്ലെങ്കിൽ നിന്റെ ഹൃദയം പിളർന്ന് ഞാൻ രക്തം കുടിക്കും."

മദ്യപിച്ച് ഉന്മത്തയായവളെപ്പോലെയാണ് സലോമി ആ വാക്കുകൾ ഉച്ചരിച്ചത്.

സന്ദീപ് പക്ഷേ അതു കളിയായാണ് എടുത്തത്. അവൻ ജീൻസ് താഴേക്കൂർത്തി.

അവന്റെ അരക്കെട്ടിൽ തുടിക്കുന്ന ശക്തിസ്രോതസ് ഉണർന്നിരുന്നു.

അതു കണ്ടപ്പോൾ സലോമിയുടെ സകല നിയന്ത്രണവും വിട്ടു.

അവൾ നാമമാത്രമായ അടിവസ്ത്രങ്ങളും അഴിച്ചുകളഞ്ഞു.

സന്ദീപ് അവളുടെ വീർത്ത അടിവയർ കണ്ടു.

അവൻ സന്ദേഹത്തോടെ അതിൽ തലോടി.

അതിനുള്ളിൽ എന്തോ അനങ്ങി.

ചർമത്തിൽ ഒരു മുഖം തെളിഞ്ഞു.

സന്ദീപ് ഞെട്ടി പിന്നോക്കം മാറി.

അന്തരീഷത്തിൽ മായികമായ ഒരു സൗരഭ്യം പടർന്നു. സലോമി കൈയെത്തിച്ച് അവനെ തൊട്ടു.

18

അധ്യായം 18

അനിർവചനീയമായ ഒരു അനുഭൂതി ശരീരത്തിലാകമാനം അരിച്ചുകയറുന്നതുപോലെ സന്ദീപിന് തോന്നി.

അവൻ അർദ്ധനിമീലിതമായ നേത്രങ്ങളോടെ സലോമിയെ നോക്കി.

അതു സലോമിയല്ലായിരുന്നു.

അതിസുന്ദരിയായ ഒരു യുവതി.

അത്തരമൊരു സുന്ദരിയെ ഇതുവരെ അവൻ കണ്ടിട്ടില്ല.

കനത്ത കുചകുംഭങ്ങൾ

കറുത്ത വലിയ ചുചൂകങ്ങൾ.

കദളിവാഴകണക്കെയുള്ള തുടകൾ.

വിശാലമായ നിതംബങ്ങളും ഒതുങ്ങിയ ജഘനവും.

നിതംബങ്ങളെ മറക്കുന്ന കേശഭാരം.

കാമം മുറ്റിയ കണ്ണുകളും രക്താധരങ്ങളും.

അവൾ ആവേശത്തോടെ അവന്റെ മുഖം പിടിച്ചു തന്നോടു ചേർത്തു.

അവന്റെ അധരങ്ങളിൽ അവളുടെ അധരങ്ങൾ സ്പർശിച്ചപ്പോൾ അവന്റെ ശരീരത്തിലെ ഊർജമെല്ലാം അരക്കെട്ടിലെ ആ ശക്തിസ്രോതസിൽ കേന്ദ്രീകരിക്കുന്നതായി അവനു മനസിലായി.

അടുത്ത നിമിഷം ഒരു ചൂടുലാവപോലെ ഊർജം പുറത്തേക്കു വമിച്ചു.

സന്ദീപ് അർദ്ധബോധത്തിലേക്കു തള്ളിവിടപ്പെട്ടു.

അവനു സ്ഖലനം സംഭവിച്ചതറിഞ്ഞപ്പോൾ അവളുടെ മുഖം മാറി.

കോപിഷ്ഠയായ അവളുടെ വായക്കോണുകളിൽ വെളുത്ത തേറ്റകൾ പ്രത്യക്ഷപ്പെട്ടു.

വിരലുകളിലെ നഖം വളർന്നു കൂർത്തു.

അവൾ അവനെ പിടിച്ചുയർത്തി തറയിലടിച്ചു.

പിന്നെ ഘോരമായ ഒരട്ടഹാസത്തോടെ അവന്റെ മേലേക്കു ചാടി വീണു.

രുധിരപാനത്തിനുള്ള ആർത്തിയോടെ അവളുടെ വിരലുകളിലെ കൂർത്ത നഖങ്ങൾ അവന്റെ വാരിയെല്ലിനു താഴെ മാംസം തുളച്ചു ആഴ്ന്നിറങ്ങി.

മാംസപ്പാളി നിഷ്പ്രയാസം പിളർത്തിമാറ്റി അവൾ ആ തുടിക്കുന്ന ഹൃദയം വലിച്ചു പറിച്ചെടുത്തു.

ധമനികളും സിരകളും കൂടിക്കലർന്ന ഇഴകളിൽ നിന്നും അവളതു വലിച്ചുപൊട്ടിച്ചെടുത്തു.

പിന്നെ രക്തം ചീറ്റിയൊഴുകുന്ന ആ മനുഷ്യഹൃദയം അവൾ തന്റെ വായക്കു മുകളിൽ ഉയർത്തിപ്പിടിച്ചു.

അവൾ ഉന്മാദിനിയായി ആവോളം രക്തം പാനം ചെയ്തു.

മുത്താറമലയുടെ മുകളിലെ ചെറുകുടിലിൽ ഉത്തസ്വാമി ധ്യാനമിരതനായി ഇരുന്നു.

അനൂപ് എന്ന നായ അയാളെ നോക്കി സാകൂതം മുറിയുടെ ഒരറ്റത്ത് കിടക്കുന്നുണ്ടായിരുന്നു.

ഉത്തസ്വാമിയുടെ വലം കാതിൽ കർണപിശാചിനി എന്തോ മന്ത്രിക്കുന്നത് അവനു കാണാമായിരുന്നു.

ഉത്തസ്വാമിയുടെ ചുണ്ടുകൾ അപ്പോഴും കർണപിശാചിനിയുടെ മന്ത്രം ഉരുവിട്ടുകൊണ്ടിരുന്നു.

കർണപിശാചിനി പറഞ്ഞു:

“അവളുടെ ഉദരത്തിൽ കണ്ടകക്കറ്റന്റെ ബീജം ഉള്ളിടത്തോളും മന്ദാരയക്ഷി അവളെ വിട്ടുപിരിയില്ല. കണ്ടകറ്റന്റെ ബീജം കീലദ്ധ്വജനായി ജനിക്കും. രാഹുപുത്രന്മാരായ മുപ്പത്തിരണ്ടു കേതുക്കളിൽ ഒന്നായ കീലകന്റെ അവതാരജന്മമാണത്. അവളെ പ്രാപിക്കാൻ ശ്രമിക്കുന്ന മനുഷ്യരെല്ലാം കൊല്ലപ്പെടും. സുരതത്തിൽ

പതിനാലാം വടയക്ഷിണിയായ മന്ദാരയക്ഷിയെ തൃപ്തിപ്പെടുത്താൻ മനുഷ്യപുരുഷർക്ക് കഴിയില്ല. പക്ഷേ അശുദ്ധമായ ഒന്ന് കീലകദ്ധ്വജനെ സമീപിക്കുന്നുണ്ട്. ജാഗ്രതയോടെ കാത്തിരിക്കുക."

കർണപിശാചിനി അപ്രത്യക്ഷയായി.

ഉത്തസ്വാമി ധ്യാനത്തിൽ നിന്നുണർന്നു.

അയാളുടെ ചുണ്ടുകൾ പിറുപിറുത്തു

"കീലകദ്ധ്വജനെ സമീപിക്കുന്ന അശുദ്ധമായ ഒന്ന്."

അനൂപ് ഒന്നു മുരണ്ടു.

ഉത്തസ്വാമി അവനെ രൂക്ഷമായി നോക്കി.

"അടങ്ങിക്കിടക്കെടാ ...കർണപിശാചിനി മറഞ്ഞിട്ടില്ല... ഇപ്പോഴും സാന്നിധ്യമുണ്ട്. നായ് ശ്ബ്ദത്താൽ നീ ദേവിയെ ശല്യപ്പെടുത്തരുത്."

അനൂപ് അടങ്ങിക്കിടന്നു.

ഉത്തസ്വാമി അവനെ കൗതുകത്തോടെ നോക്കി.

പിന്നെ സഹാതപത്തോടെ അവനെ അടുത്തുവിളിച്ചു.

"അനൂപ്... ഇവിടെ വരൂ.."

അവൻ വരാൻ കൂട്ടാക്കിയില്ല. പിണങ്ങിക്കിടന്നു.

ഉത്തസ്വാമി എഴുന്നേറ്റു വന്ന് അവനെ തലോടി.

പൊടുന്നനെ ആ വൃദ്ധൻ നിയന്ത്രണം വിട്ട് അവനെ കെട്ടിപ്പിടിച്ചു കരഞ്ഞു

"എന്റെ മോനേ..."

അനൂപിൽ പൂർവജന്മസ്മരണകൾ ഇരമ്പി.

അത് അധികം അകലെയല്ലാത്ത കാലമായിരുന്നു.

ധിക്കാരിയായ മകന്റെ ജന്മം!

19

അധ്യായം 19

സലോമി ഉറക്കം വിട്ടെഴുന്നേൽക്കുമ്പോൾ അവൾ പൂർണനഗ്നയായിരുന്നു.

ചോരയിൽ കുളിച്ചു കിടക്കുന്ന സന്ദീപിന്റെ മൃതദേഹത്തിനു മുകളിലായിരുന്നു അവൾ ശയിച്ചിരുന്നത്.

സലോമി ഉറക്കെ നിലവിളിച്ചുകൊണ്ട് ചാടിയെഴുന്നേറ്റു.

പിന്നെ പൊടുന്നനെ സമനില വീണ്ടെടുത്ത് അവൾ സ്വന്തം നിലവിളി അമർത്തി.

നടന്ന കാര്യങ്ങൾ അവൾ ഓർമിക്കാൻ ശ്രമിച്ചു.

തന്നിലെ മന്ദാരയക്ഷിക്ക് സ്നേഹിച്ച പുരുഷൻ ഇരയായിരിക്കുന്നു.

സന്ദീപ് തന്റെ പ്രതീക്ഷയായിരുന്നു.

അവൻ തന്നോടൊപ്പം ഉണ്ടാകും എന്ന ധാരണയിലാണ് ഈ കാര്യങ്ങളെല്ലാം താൻ ചെയ്തത്.

ഇനി എന്തു ചെയ്യും.

സന്ദീപല്ലെങ്കിൽ മറ്റൊരു പുരുഷൻ.

പുരുഷന്മാർ ഇനിയും വരും.

പക്ഷേ അവർക്കാക്കും തന്നോടൊത്തു ശയിക്കാൻ കഴിയില്ല.

തന്നിൽ ഉറഞ്ഞുകൂടുന്ന ഗർഭം എന്താണ്.

തന്നെ ആവേശിക്കുന്ന മന്ദാരയക്ഷിയുടെ ലക്ഷ്യം എന്താണ്.

ഈ ശക്തികൾ തന്നെ രക്ഷിക്കുമോ.

അതോ തന്റെ പ്രിയപ്പെട്ടവരെയെല്ലാം നിഷ്ക്കരുണം നിഗ്രഹിച്ചതുപോലെ തന്നേയും ഇല്ലാതാക്കുമോ.

ദയയില്ലാത്ത പൈശാചികശക്തികളാണത്.

തനിക്കു രക്ഷ വേണം.

അതിനെന്തെങ്കിലും ചെയ്തേ പറ്റൂ.

അവൾ ക്ലോക്കിൽ നോക്കി.

സമയം രാത്രി രണ്ടു മണി.

സലോമി എന്തൊക്കെയോ മനസിൽ കണക്കുകൂട്ടികൊണ്ട് ബാത്ത്റൂമിൽ കയറി.

ദേഹത്ത് ഉണങ്ങിപ്പിടിച്ച ചോരക്കറകൾ കഴുകിക്കളഞ്ഞു.

ഉദരം വല്ലാതെ ഉന്തി നിൽക്കുന്നു.

ബാത്ത്റൂമിലെ നിലക്കണ്ണാടിയിൽ അവൾ സ്വന്തം പ്രതിബിംബം നോക്കി.

അസാധാരണമായ ആ ഗർഭത്തിന്റെ വളർച്ച വളരെ വേഗമാണ്.

മുലക്കണ്ണുകൾ കറുത്തിരുണ്ടിരിക്കുന്നു.

ചുചൂകങ്ങളുടെ കറുപ്പും അസാധാരണമായ ഉദരവും ഒഴിച്ചു നിറുത്തിയാൽ അവൾ കാത്തുസൂക്ഷിച്ചുപോന്ന ആകാരവടിവിന് പ്രത്യേകിച്ച് കോട്ടമൊന്നും തട്ടിയിട്ടില്ല.

കുറേക്കൂടി സുന്ദരിയായിട്ടുണ്ടെങ്കിലേ ഉള്ളൂ.

അതീവ സുന്ദരിയായ മന്ദാരയക്ഷിയുടെ സാന്നിദ്ധ്യം ശരീരത്തിൽ ചേക്കേറിയിരിക്കുന്നതുകൊണ്ടാവാം ഈ സൗന്ദര്യം എന്നവൾ മനസിലോർത്തു.

പക്ഷേ കാമം ഉണരുമ്പോൾ തന്റെ ശരീരത്തിന് എന്തോ മാറ്റം സംഭവിക്കുന്നുണ്ടോ

വിടർന്ന ജഘനവും കനത്ത തുടകളും പ്രകടമാകും.

മുലകൾക്ക് വലുപ്പമേറും.

ഇടതൂർന്ന നീണ്ട കേശഭാരവും പ്രത്യക്ഷമാകും.

അതോ അതു തന്റെ മാത്രം തോന്നലാണോ?

പക്ഷേ തന്റെ മുന്നിൽ ലൈംഗികവേഴ്ചക്കുള്ള അഭിനിവേശത്തോടെ എത്തുന്ന പുരുഷൻ സുരതത്തിൽ തന്നെ തൃപ്തിപ്പെടുത്തുന്നതിൽ പരാജിതനായി നിഷ്കരുണം കൊല ചെയ്യപ്പെടുന്നു.

അപ്പോൾ താൻ സ്വയം മറക്കുന്നു.

എന്താണ് സംഭവിക്കുന്നതെന്ന് തനിക്ക് ഓർക്കാൻ കഴിയുന്നില്ല.

പക്ഷേ കാമം ഉണർന്നു നിൽക്കുന്ന തന്റെ ശരീരത്തിന്റേയും മനമനസിന്റേയും അപ്പോഴത്തെ അവസ്ഥ വല്ലാത്തൊരു ത്രില്ലാണ് സമ്മാനിക്കുന്നത്.

അനിർവചനീയമായ രതിയുടെ അസാധാരണഭാവം.

ഒരു മനുഷ്യനും സാധ്യമല്ലാത്ത സുരതക്രിയയുടെ ഉത്തുംഗമായ നില.

ഒരിക്കൽക്കൂടി ആ കാമഭാവം തന്നിലെടുത്തണിയാൻ സലോമി ആഗ്രഹിച്ചു.

അവൾ സ്വയം കാമമുണരും വിധം തന്റെ മുലകളെ പരിലാളിച്ചു.

നിലക്കണ്ണാടിയിൽ വിജൃംഭിതമാകുന്ന കറുത്ത മുലക്കണ്ണുകളെ നോക്കി അവൾ ഉള്ളിൽ ഉറങ്ങിക്കിടക്കുന്ന രതീദേവിയെ ഉണർത്താൻ ശ്രമിച്ചു.

അവളുടെ കൈവിരലുകൾ വീർത്ത ഉദരത്തെ തഴുകിക്കൊണ്ട് താഴേക്കിറങ്ങി.

അംഗുലീപരിലാളനത്താൽ മനസിൽ കാമപുഷ്പങ്ങൾ വിടർന്നെങ്കിലും അത് സ്വാഭാവികമായി സംഭവിക്കുന്നതുപോലെ മാത്രമായിരുന്നു.

കാമസ്വരൂപിണിയായ മന്ദാരയക്ഷി അവാച്യമായ ലൈംഗികദാഹത്തോടെ അവളിൽ ഉണർന്നില്ല.

സലോമി നിരാശയോടെ കുളിമുറിയുടെ തറയിൽ ഇരുന്നു.

ഒരു സത്യം അവൾക്കു ബോധ്യപ്പെട്ടു.

ലൈംഗിക വികാരം ഉണർന്ന നഗ്നനായ ഒരു പുരുഷന്റെ മുന്നിൽ മാത്രമേ മന്ദാരയക്ഷി പ്രത്യക്ഷപ്പെടുകയുള്ളൂ.

ഏറെനേരം ചിന്തിച്ചിരുന്ന സലോമി സന്ദീപിന്റെ മൃതദേഹത്തിന്റെ കാര്യം പൊടുന്നനെ ആലോചിച്ചപ്പോൾ ഞെട്ടിപ്പിടഞ്ഞെഴുന്നേറ്റ് കുളി പൂർത്തിയാക്കി.

അവൾ തല തുവർത്തി ഒരു നൈറ്റ്ഗൗൺ എടുത്തിട്ടിട്ട് ബെഡ്റൂമിലേക്കു ചെന്നു.

അവൾ ധൈര്യം അവലംബിച്ചു.

ഈ സാഹചര്യത്തെ ഒറ്റക്കു തന്നെ നേരിടാൻ അവള് തീരുമാനിച്ചു.

ഇതുവരെ തന്റെ പ്രതിസന്ധിഘട്ടങ്ങളിൽ തുണയായിരുന്ന ആളാണ് ഈ മരിച്ചുകിടക്കുന്നത് എന്നോർത്തപ്പോൾ അവൾ

വിങ്ങിപ്പൊട്ടി.

പക്ഷേ സങ്കടപ്പെട്ടു കരയാനുള്ള സമയമല്ലല്ലോ ഇത്.

ഒരു പ്ലാസ്റ്റിക് ഷീറ്റിൽ അവൾ സന്ദീപിന്റെ ജഡം വലിച്ചിട്ടു.

എന്നിട്ട് അതും വലിച്ചുകൊണ്ട് അവൾ അടുക്കളയിലൂടെ പിന്നാമ്പുറത്തെത്തി.

ലൈറ്റ് അണച്ചിരുന്നു. പക്ഷേ നല്ല നിലാവുണ്ടായിരുന്നു.

ടൂൾബോക്സിൽ നിന്ന് സ്പാനറെടുത്ത് ബയോ ഗ്യാസ് പ്ലാന്റിന്റെ അടപ്പു തുറന്നു.

അതിനു നല്ല ഭാരമുണ്ടായിരുന്നു.

അവൾ അതു ഒരു കണക്കിന് സൈഡിലേക്ക് അൽപം തെറ്റിച്ചു വച്ചു.

അപ്പോൾ രൂക്ഷമായ ദുർഗന്ധം പുറത്തേക്കു വമിച്ചു.

അവൾക്കു ഛർദ്ദിക്കാൻ തോന്നി.

അവൾ വായ പൊത്തി.

രണ്ട് മൃതദേഹങ്ങളും ചീഞ്ഞു തുടങ്ങിയിരിക്കുന്നു.

ഒരാഴ്ച കൊണ്ട് അവ അപ്രത്യക്ഷമാകും. ആ പ്ലാന്റിലെ രൂക്ഷമായ രാസപ്രവർത്തനത്താൽ ജൈവമാലിന്യങ്ങൾ അതിവേഗം ചീഞ്ഞ് ഗ്യാസായി മാറും. മാസങ്ങൾക്കുള്ളിൽ എല്ലുകൾ പോലും അലിഞ്ഞുപോകും.

പ്ലാന്റിന് സലോമിയുടെ തോളൊപ്പം പൊക്കമുണ്ടായിരുന്നു.

അവൾ നിലത്തു പ്ലാസ്റ്റിക് ഷീറ്റിൽ കിടത്തിയിരുന്ന സന്ദീപിന്റെ മൃതദേഹം പൊക്കിയെടുത്ത് പ്ലാന്റിനുള്ളിലേക്കിട്ടു.

എന്നിട്ട് അടപ്പു നന്നായി മുറുക്കിയടച്ചു.

ഹോസുപയോഗിച്ച് പ്ലാസ്റ്റിക് ഷീറ്റും സിമന്റിട്ട അടുക്കളമുറ്റവും കഴുകി വൃത്തിയാക്കി.

മുറിയും കഴുകിക്കഴിഞ്ഞപ്പോഴാണ് സലോമിക്കു ശ്വാസം നേരേ വീണത്.

അപ്പോൾ സമയം പുലർച്ചെ രണ്ടുമണിയായിരുന്നു.

എവിടേയോ ഒരു കൊള്ളിക്കുറവന്റെ ഭീതിദമായ കൂവൽ കേൾക്കാമായിരുന്നു.

മരണം ഒരു വേട്ടമൃഗത്തെപ്പോലെ ആ വീടിനെ ചൂഴ്ന്നു നിൽക്കുകയാണോ.

സലോമി മറ്റൊരു കിടപ്പുമുറിയിൽ അഭയം തേടി .
അവൾ കിടന്നപാടെ ഉറങ്ങിപ്പോയി.

20

അധ്യായം 20

രാവിലെ പാപ്പച്ചൻ വന്നു കോളംഗ് ബെല്ലടിച്ചപ്പോഴാണ് സലോമി ഉണർന്നത്.

അവൾ മുടിവാരിക്കെട്ടി ക്ലോക്കിൽ നോക്കി.

എട്ടര മണി.

അവൾ എളിക്കു കൈ കൊടുത്തു നിന്ന് ആലോചിച്ചു.

പാപ്പച്ചനോടെന്തു പറയണം.

അവൾ രണ്ടും കൽപിച്ചു വന്നു വാതിൽ തുറന്നു.

എന്നിട്ട് ഒന്നുമറിയാത്ത മട്ടിൽ ചോദിച്ചു:

"എന്നതാ പാപ്പച്ചാ?"

"ആ കുരുമുളകിന്റെ ആൾക്കാരു വിളിച്ചാരുന്നു."

"ഇത്ര വെളുപ്പിനോ..അതെന്നാ അവർക്ക് ഒറക്കമൊന്നുമില്ലേ. നമ്മളു കാശുകൊടുക്കത്തില്ലെന്നാരു പറഞ്ഞു."

"മുഴോൻ കാശും കെട്ടിവച്ചാലെ തൈ തരത്തൊള്ളൂ എന്നാദ്യം പറഞ്ഞ കൂട്ടരാ."

"എങ്ങനാണേലും നമുക്കു ബോധ്യപ്പെടണ്ടേ. നമ്മളു കസ്റ്റമറല്ലേ."

"അതങ്ങു കൊടുത്തേക്കന്നേ."

"ങാ അതു ഞാൻ കൊടുത്തോളാം...എനിക്കാ കുരുമുളകു തൈ കാണണം."

"നല്ല അസ്സല് കുരുമുളകു തൈ."

"അതു ഞാൻ കണ്ടോളാം.. പാപ്പച്ചൻ ഒരു ഓട്ടോ വിളിക്കൂ."

"കൊച്ചമ്മക്ക് ആ കാറെടുത്തുകൂടെ?"

"ആ കാട്ടുമുക്കിലേക്കോ ..വേഗം ഓട്ടോ വിളി."

സലോമി ശബ്ദം കടുപ്പിച്ചു.

പാപ്പച്ചൻ എന്തോ പിറുപിറുത്തുകൊണ്ട് ഫോണെടുത്തു കുത്തി.

നിമിഷങ്ങൾക്കുള്ളിൽ ഓട്ടോ വന്നു.

സലോമി വേഷം മാറി വന്നു. അവൾ ഓട്ടോയിൽ കയറി.

പാപ്പച്ചൻ അങ്ങേരുടെ പഴയ കൈനറ്റിക് ഹോണ്ടയിൽ പിന്നാലെ വന്നു.

അവർ ഫാമിലെത്തി.

ഫാം ഷെഡ്ഡിനു ചുറ്റും നിരത്തി വച്ചിരുന്ന കുരുമുളകു തൈകൾ കണ്ട് പാപ്പച്ചൻ ഞെട്ടി

"കൊച്ചേ ഇതു പുള്ളിക്കുത്തു രോഗം ബാധിച്ചതാണല്ലോ..?"

അയാൾ നെഞ്ചത്തു കൈ വച്ചു.

സലോമി ക്ഷോഭം അഭിനയിച്ചു:

"ഇതിനാണോ പാപ്പച്ചാ ഞാൻ കാശുകൊടുക്കണമെന്ന് പറഞ്ഞത്. ആളുകളെ പറ്റിക്കാൻ ഓരോ അടവുകളുമായിട്ട് ഇറങ്ങിക്കോളും തട്ടിപ്പുകാർ. പണം വെറുതെയുണ്ടാകുന്നതാണോ?"

"ഞാൻ അവന്മാരെയൊന്നു വിളിക്കട്ടെ.."

പാപ്പച്ചൻ ദേഷ്യത്തോടെ ഫോൺ ചെയ്യാൻ തുടങ്ങി.

സലോമി പെട്ടെന്നുതന്നെ ഓട്ടോയിൽ മടങ്ങി.

ആ പ്രശ്നം പരിഹരിച്ച സന്തോഷത്തിലായിരുന്നു അവൾ.

രാവിലെ പ്രാതലിന് പുട്ടും മുട്ടക്കറിയുമായിരുന്നു ജോലിക്കാരി കത്രിന ഉണ്ടാക്കിയത്.

സലോമി പ്രാതൽ ആസ്വദിച്ചു കഴിച്ചുകൊണ്ടു പറഞ്ഞു:

"ഈ മുട്ടക്കറി കൊള്ളാം കത്രീനേ."

"മലബാറുകാരുടെ രീതിയിൽ ഉണ്ടാക്കി നോക്കിയതാ. കൊച്ചിനിഷ്ടപ്പെടുമോ എന്നായിരുന്നു എന്റെ സംശയം."

"അസലായിട്ടുണ്ട്."

"സാറിനു മുട്ടക്കറി ഇഷ്ടമല്ലല്ലോ.. സാറില്ലാത്തതോണ്ട് ഉണ്ടാക്കിയതാ. അല്ലെങ്കിൽ ചിക്കൻ കറി വച്ചേനെ. അല്ലാ...സാറിനിതെന്നാ പറ്റി? ഒരു ദിവസം പോലും മാറി നിൽക്കുന്ന ആളല്ലല്ലോ."

കത്രീന ചോദിച്ചു.

സലോമി ഒന്നു പരുങ്ങിയെങ്കിലും പുറത്തു കാണിച്ചില്ല.

“ബാംഗ്ലൂരാണെന്ന് പറഞ്ഞില്ലേ.”

“എന്നാലും അവിടെയെന്താ പരിപാടി?”

“അവിടത്തെ പരിപാടി നിങ്ങളോടു പറയണോ?”

സലോമിക്ക് പെട്ടെന്നു ദേഷ്യം വന്നു.

കത്രീന മുഖം ചുളിച്ചു:

“എനിക്കെന്താ..എനിക്കൊന്നൂല്ല..ചോദിച്ചൂന്നു മാത്രം. എവിടെയെങ്കിലും പോകുന്നുണ്ടെങ്കിൽ പാപ്പച്ചൻ ചേട്ടനോടെങ്കിലും പറയാറുണ്ട്.”

“നിങ്ങളെയെല്ലാം ബോധിപ്പിച്ചിട്ട് വേണോ ഒരു സ്ഥലത്ത് പോകാൻ?”

“വേണ്ട കൊച്ചേ.. ഇനി അതിന്റെ പേരിൽ വഴക്കു വേണ്ട.. ഞാനൊന്നും ചോദിച്ചിട്ടില്ല.”

കത്രീന പറഞ്ഞതോടെ സലോമി തണുത്തു.

“ഹോംമേഡ് ചോക്ലേറ്റിന്റെ ബിസിനസ് തുടങ്ങണം. ഓൺലൈൻ വഴിയാണ് വിൽപ്പന. അതും ആമസോൺ വഴി. അക്കാര്യം സംസാരിക്കാൻ ആമസോണിന്റെ ബാംഗ്ലൂർ ഓഫീസിൽ പോയിരിക്കുകയാണ് ഇച്ചായൻ.”

“അതുശരി.. അതു കൊള്ളാം.. അപ്പോ കമ്പനിയൊക്കെ തുടങ്ങുവായിരിക്കുവല്ലേ?”

“ഉം..”

“എന്റെ മോള് ബികോം ഫസ്റ്റ് ക്ലാസിൽ പാസായതാ. വീട്ടിൽ വെറുതേ നിൽക്കുവാ. ഒരു ജോലി അതിനു കൊടുക്കാൻ സാറിനോടു പറയണേ കൊച്ചേ.”

“ഉം. പറയാം..രണ്ടു ദിവസം കഴിഞ്ഞ് ഞാനും ബാംഗ്ലൂർക്ക് പോകുന്നുണ്ട്.”

“അപ്പോ വീട് ആരും നോക്കും?”

“അടച്ചിടുവോ?’

“പിന്നല്ലാതെ.”

“അപ്പോ ഞാനോ?”

“കത്രീന വരണ്ട..”

സലോമി ഒന്നു നിർത്തിയിട്ട് തുടർന്നു

“ഞങ്ങളു വന്നിട്ട് വന്നാൽ മതി. എന്തായാലും മോൾക്കടെ കാര്യം പറഞ്ഞേക്കാം.”

സലോമി എഴുന്നേറ്റു കൈകഴുകി.

അപ്പോൾ തീൻമേശയിൽ ഒരു കുട്ടിപ്പത്രം കിടക്കുന്നതു കണ്ടു.

അത്ഭുത വചനം!

ഒരു ക്രിസ്തീയ സുവിശേഷ പത്രമാണ്.

അതിലെ ഒരു പരസ്യത്തിൽ സലോമിയുടെ കണ്ണുടക്കി.

“... അത്ഭുതരോഗശാന്തി നൽകുന്ന ഫാ ഗ്രിഗോറിയോസ് അനസ്താസി.

കാൻസറുൾപ്പെടെയുള്ള എല്ലാ രോഗങ്ങളേയും പ്രാർത്ഥിച്ചു സുഖപ്പെടുത്തുന്നു.

സമസ്ത ബാധകളേയും പിശാചുക്കളേയും പ്രേതങ്ങളേയും ചൂണ്ടുവിരലിൽ ബന്ധിച്ചുനിർത്തുന്ന അത്ഭുതപ്രവർത്തനങ്ങൾ. നേരിൽ വരുന്നവർ വിളിച്ചിട്ട് വരിക.”

“കൊള്ളാം. ഫോൺനമ്പറും കൊടുത്തിട്ടുണ്ട്.”

സലോമി ആ പത്രവുമായി ബെഡ്റൂമിലേക്കു നടന്നു.

21

അധ്യായം 21

"കുണ്ടാള പിശാച്, കുലാലക്കാപ്പിരി മുതലായ ബാധകൾ നിങ്ങളുടെ മകനെ ബാധിച്ചിട്ടുണ്ട്. രണ്ടു വയസുവരെ ഇവന് ഒരു കുഴപ്പവും ഉണ്ടായിരുന്നില്ല എന്നല്ലേ നിങ്ങൾ പറഞ്ഞത്. ശാസ്ത്രം ഇതിനെ ഓട്ടിസം മലയാളത്തിൽ ഭിന്നശേഷി എന്നൊക്കെ പറയും. പരിശുദ്ധനായ ദൈവത്തിന് അടക്കാൻ പറ്റാത്ത ഒന്നും ഈ ഭൂമി മലയാളത്തിൽ ഇല്ല."

ഫാ ഗ്രിഗോറിയോസ് അനസ്താസി തന്റെ മുന്നിലിരിക്കുന്ന ദമ്പതികളോടു പറഞ്ഞു.

നാൽപതു പിന്നിട്ട ഒരു ദൃഢഗാത്രനായിരുന്നു ഫാദർ.

കറുത്ത ചുരുണ്ട മുടിയുള്ള സുമുഖൻ.

നിരവധി അവാർഡുഫലകങ്ങൾ അദ്ദേഹത്തിന്റെ പിന്നിലെ ഷെൽഫിൽ നിരന്നിരിക്കുന്നുണ്ട്.

ദമ്പതികൾ ഫാദറിനെ സാകൂതം ആരാധനയോടെ നോക്കിക്കൊണ്ടിരുന്നു.

പന്ത്രണ്ടു വയസുള്ള ഒരു പയ്യൻ അവരുടെയടുത്ത് ഇരിക്കുന്നുണ്ട്.

ഫാദർ തുടർന്നു:

"പലപ്പോഴും പല രോഗാവസ്ഥകളേയും സമൂഹം കൊണ്ടാടുകയാണ്. സ്വവർഗരതി ഒരു രോഗമാണ്. ഒരു പ്രത്യേകതരം മാനസിക രോഗമാണത്. പക്ഷേ സമൂഹം എന്താണു ചെയ്യുന്നത്? അത്തരക്കാരെ ചികിത്സിക്കുന്നതിന് പകരം കോടതി വിധി കൊണ്ട് അതൊരു നിയമമാക്കിയെടുത്തിരിക്കുന്നു. സ്വന്തം ഭാര്യയെ അന്യൻ പ്രാപിച്ചാൽ ചോദ്യം ചെയ്യാൻ പാടില്ലാത്ത വിധം കോടതികൾ

വിഡ്ഢിത്തം നിറഞ്ഞ ഉത്തരവുകൾ പുറപ്പെടുവിക്കുന്നു. അതുപോലെ തന്നെ ട്രാൻസ് ജെൻഡേഴ്സ് എന്ന വിഭാഗം ഒരു കാലത്ത് ഹിജഡകൾ എന്നു വിളിക്കപ്പെട്ടിരുന്നവരാണ്. പുരുഷൻ സ്ത്രീയുടെ വേഷം കെട്ടി നടക്കുന്ന വിഭാഗം. കൗമാരകാലത്ത് ലൈംഗിക സ്വവർഗ വൈകൃതങ്ങൾക്ക് ഇരയായ ആൺകുട്ടികളാണ് ഇത്തരം വേഷം കെട്ടി നടക്കുന്നത്. സ്വവർഗമായാലും അല്ലെങ്കിലും എല്ലാ ലൈംഗിക ബന്ധങ്ങളിലും ആണും പെണ്ണുമുണ്ട്. അത്തരം മാനസികാവസ്ഥകളുണ്ട്. അതൊരു രോഗമാണ്. അത്തരം രോഗികൾ രാജ്യം ഭരിക്കുമ്പോൾ അവരുടെ ഭ്രാന്ത് നിയമമാകും. ചരിത്രത്തിൽ എല്ലായ്പ്പോഴും ആവർത്തിക്കപ്പെടുന്ന ദുരന്തമാണത്."

ഫാദർ ഗ്രിഗോറിയോസ് അനസ്താസി ഒരു പ്രഭാഷകനെപ്പോലെ ആവേശത്തോടെ സംസാരിച്ചു.

അദ്ദേഹം എഴുന്നേറ്റ് വന്ന് ആ കുട്ടിയുടെ തലയിൽ കൈ വച്ചു.

"വെള്ളച്ചാട്ടത്തിന്റെ ഇരമ്പൽ പോലെയും വലിയ ഇടിനാദം പോലെയും സ്വർഗത്തിൽ നിന്ന് ഒരു ശബ്ദം ഞാൻ കേട്ടു. ഒരു കുഞ്ഞാട് സീയോൻ മലയുടെ മുകളിൽ നിൽക്കുന്നു. അവനോടുകൂടി നൂറ്റിനാൽപ്പത്തിനാലായിരം പേരും. അവരുടെ നെറ്റിയിൽ അവന്റെ പേരും അവന്റെ പിതാവിന്റെ പേരും എഴുതിവച്ചിട്ടുണ്ട്. നിനക്കു സുഖപ്പെടും നിനക്കു സുഖപ്പെടും നിനക്കു സുഖപ്പെടും."

ഫാദർ അതു പറഞ്ഞുതീർത്തയുടൻ കുട്ടി ബോധരഹിതനായി വീണു.

മാതാപിതാക്കൾ അവനെ താങ്ങി.

"കൊണ്ടുപോയ്ക്കോളൂ ..അവനുവേണ്ടി കർത്താവിനോട് ഞാൻ പ്രാർത്ഥിച്ചുകൊള്ളാം."

കുട്ടിയേയും കൊണ്ട് മാതാപിതാക്കൾ മുറിയുടെ പുറത്തേക്കു വന്നു.

പുറത്ത് വലിയ തിരക്കായിരുന്നു.

ഒരു ക്യൂ രൂപപ്പെട്ടിട്ടുണ്ട്.

ടോക്കൺ കൊടുക്കുന്നതിനും ഫീസ് വാങ്ങുന്നതിനും പ്രത്യേകം കൗണ്ടറുണ്ട്.

അവിടെ നിന്ന് നൂറു രൂപ ഫീസടച്ചു ടോക്കൺ വാങ്ങി വേണം ഫാദറെ കാണാൻ.

അടുത്തയാൾക്കുള്ള ബെൽ മുഴങ്ങി.

ഒപ്പം മൈക്കിലൂടെ ടോക്കൺ നമ്പറും അനൗൺസ് ചെയ്യപ്പെട്ടു.

വാതിൽക്കലെ തിക്കിത്തിരക്കുകൾക്കിടയിലൂടെ ടോക്കൺ നമ്പറുകാരൻ അകത്തേക്ക് കയറി.

പൊടുന്നനെ എല്ലാവരേയും തള്ളിമാറ്റിക്കൊണ്ട് ഒരു യുവതി അകത്തേക്കു പാഞ്ഞു കയറി

"ഫാദർ എന്നെ രക്ഷിക്കണം.."

അതു സലോമിയായിരുന്നു.

"ടോക്കൺ നമ്പറുകാരൻ ഞാനാണ്."

ടോക്കണുമായി അകത്തു കടന്നയാൾ പറഞ്ഞു.

സലോമി അയാളെ തള്ളിമാറ്റി ഫാദറിനു മുന്നിലെത്തി.

ഊഴം കാത്തുനിൽക്കുന്നവരും ഒച്ചയെടുത്തു.

ഫാദർ അവളോടു ചോദിച്ചു:

"നിങ്ങൾ ടോക്കണെടുത്തോ

"ഇല്ല."

"എന്നാൽ പോയി ടോക്കണെടുത്തിട്ട് ക്യൂവിൽ നിൽക്കൂ."

"ഫാദർ എന്റെ കാര്യം ഗുരുതരമാണ്. അത്യാവശ്യമാണ്."

"എല്ലാവരും അത്യാവശ്യക്കാരാണ്. പോയി ടോക്കണെടുക്കൂ.."

ഫാദർ നിസംഗമായി പറഞ്ഞുകൊണ്ട് ടോക്കൺകാരനെ ക്ഷണിച്ചു.

"ഫാദർ ഞാൻ പറയുന്നതൊന്ന് കേൾക്കൂ."

"നിങ്ങൾ പുറത്തുപോകൂ. നിങ്ങൾക്കു പറയാൻ ഞാൻ അവസരം തരാം."

ഫാദർ തീർത്തുപറഞ്ഞതോടെ സലോമി നിരാശയായി പുറത്തു കടന്നു.

വാതിൽക്കൽ കൂട്ടം കൂടി നിന്നവർ ചിരിയോടെ അവളെ നേരിട്ടു.

ഒരു വല്യമ്മ ഉച്ചത്തിൽ ചോദിച്ചു:

"വല്യ കേമത്തിൽ തള്ളിക്കേറിപ്പോയിട്ടെന്തായി..?"

"ഒന്നു പോ തള്ളേ.."

സലോമി പറഞ്ഞു കൊണ്ട് ധൃതിയിൽ പുറത്തേക്കു നടന്നു.

അവൾ ടോക്കണെടുക്കാനൊന്നും നിന്നില്ല.

പാർക്കിങ്ങ് ഏരിയയിൽ നിന്നും അവൾ കാറെടുത്തത് ക്ഷോഭത്തോടെയാണ്.

അമിതവേഗതയിലാണ് ആ കാർ പാഞ്ഞുപോയത്.

വൈകുന്നേരം നാലുമണിയോടടുത്തപ്പോഴാണ് ഫാദർ ഗ്രിഗോറിയോസ് അനസ്താസിയുടെ തിരക്കൊഴിഞ്ഞത്. പരിചാരിക അദ്ദേഹത്തിനുള്ള ഭക്ഷണം തീൻമുറിയിൽ വിളമ്പിവച്ചു. ഇടക്കിടെ കഴിക്കുന്ന ഹോർലിക്സ് കലക്കിയ പാൽ മാത്രമാണ് രാവിലെ മുതൽ നാലുമണിവരെ ഫാദറിന്റെ ഭക്ഷണം. കൗണ്ടറിൽ ഇരുന്ന ഫെലിക്സ് അന്നത്തെ പിരിവായ നോട്ടുകൾ എണ്ണിത്തിട്ടപ്പെടുത്തി കെട്ടുകളാക്കി അടുക്കിവച്ചു.

ഫാദർ കൈകഴുകി തീൻമേശയിൽ വന്നിരുന്ന് സാവധാനം അപ്പവും ബീഫ് കറിയും കഴിക്കാൻ തുടങ്ങി.

അപ്പോൾ ഫാദറിന്റെ ഫോൺ ശബ്ദിച്ചു.

അനോണിമസ് നമ്പറാണ്.

ഫാദർ ഫോണെടുത്തു കാതിൽ വച്ചു.

“പറഞ്ഞോളൂ...”

അത് സലോമിയായിരുന്നു.

അവൾ പറഞ്ഞ വിവരങ്ങൾ കേട്ട് ഫാദർ ഗ്രിഗോറിയോസ് അനസ്താസി ഞെട്ടിപ്പോയി.

ദിവസങ്ങൾ കൊണ്ട് മാസങ്ങളുടെ വളർച്ചയെത്തിയ ഒരു ഗർഭം..!

അതിന്റെ സാഹചര്യങ്ങൾ..!

സലോമി വിവരങ്ങൾ ചുരുക്കിപ്പറഞ്ഞു.

അദ്ദേഹം ഭക്ഷണം അവസാനിപ്പിച്ച കൈ കഴുകി.

“ഞാനിന്ന് രാത്രി വരും. കർത്താവു തമ്പുരാൻ നിങ്ങളെ രക്ഷിക്കും. ഈ രാത്രിയോടെ പിശാച് നിങ്ങളെ വിട്ടുമാറും.”

ഫാദർ ഗ്രിഗോറിയോസ് അനസ്താസി അതു പറഞ്ഞിട്ട് ഫോൺ വച്ചു.

അദ്ദേഹം ചുവരിലെ ക്രൂശിത രൂപത്തെ നോക്കി:

“അങ്ങ് ഇത്രവേഗം പ്രവർത്തിക്കുന്നോ. .അന്തി ക്രിസ്തു സമാഗതനായോ..?”

അപ്പോൾ അസാധാരണമായ ഒരു കാറ്റ് ജാലകക്കർട്ടനുകളെ ചുഴറ്റിക്കൊണ്ട് മുറിക്കുള്ളിലേക്ക് ആഞ്ഞടിച്ചു.

22

അധ്യായം 22

രാത്രി പത്തുമണിയായപ്പോൾ ഫാദർ ഗ്രിഗോറിയോസ് അനസ്താസി സലോമിയുടെ വീട്ടിലെത്തി.

സ്വന്തമായുള്ള വെളുത്ത ഐട്വന്റി കാറിലായിരുന്നു വരവ്.

കൂടെ പരിചാരകരൊന്നുമില്ല.

സലോമി അദ്ദേഹത്തെ അകത്തേക്കു സ്വീകരിച്ചു.

അവൾ നീല വെൽവെറ്റ് കൊണ്ടുള്ള ഒരു നൈറ്റ്ഗൗൺ ധരിച്ചിരുന്നു.

ഫാദർ അവളെ അടിമുടി നോക്കി.

ഒരു സുന്ദരിയായ യുവതിയുടെ അംഗലാവണ്യത്തിന് വിഘാതമായി നിൽക്കുന്ന വീർത്ത ആ ഉദരത്തിലാണ് അദ്ദേഹത്തിന്റെ കണ്ണു പതിച്ചത്.

"അച്ചനു കുടിക്കാനെന്താണ് വേണ്ടത്?"

സലോമി ചോദിച്ചു.

"ഒന്നും വേണ്ട."

"എന്നാൽ അച്ചനിരുന്നാട്ടെ."

ഫാദർ പക്ഷേ ഇരുന്നില്ല. അദ്ദേഹം ചുറ്റുപാടും കണ്ണുകൾ പായിച്ചു.

കുറ്റവാളികളെ തിരയുന്ന പോലീസ് ഓഫീസറെപ്പോലെയും ദുരാത്മാക്കളെ തിരയുന്ന മന്ത്രവാദികളെപ്പോലെയും കലുഷിതമായിരുന്നു ആ മനസ്.

ചില ആത്മാവുകൾ തന്റെ പേരു ചൊല്ലി വിളിക്കുന്നതുപോലെ തോന്നി ഫാദറിന്.

വേഗം അവിടം വിട്ടുപോകാൻ ഉള്ളിലിരുന്ന് ആരോ ആവശ്യപ്പെടുന്നപോലെയും ഫാദറിന് തോന്നി.

പക്ഷേ സലോമിയോട് ഫാദർ പറഞ്ഞത് ഇങ്ങനെയായിരുന്നു.

"ആ പ്രധാന വാതിലടച്ചോളൂ... റൂമിലെ ഒരു ലൈറ്റൊഴികെ എല്ലാം അണച്ചോളൂ.."

സലോമി അച്ചൻ പറഞ്ഞത് അനുസരിച്ചു.

"എന്റെ മുന്നിൽ വന്നു നിൽക്കൂ.."

അദ്ദേഹം സലോമിയോടു പറഞ്ഞു.

"ബാധകളെ ഒഴിപ്പിക്കാനുള്ള ശക്തി എനിക്കുണ്ട്...അത് ഏത് കൊടിയ ബാധയാണെങ്കിലും.."

അച്ചന്റെ ആത്മവിശ്വാസമുള്ള വാക്കുകൾ അവളെ ധൈര്യവതിയാക്കി.

സലോമി അച്ചനുമുന്നിൽ വന്നു നിന്നു.

അച്ചൻ അവളുടെ മൂർദ്ധാവിൽ കൈ വച്ചു ഇങ്ങനെ പറഞ്ഞു:

"ദൈവത്തെ ഭയപ്പെടുകയും അവിടുത്തേക്കു മഹത്വം നൽകുകയും ചെയ്യൂ."

"ആമേൻ.."

സലോമി പ്രതിവചിച്ചു.

തുടർന്ന് അദ്ദേഹം ഉന്തി നിൽക്കുന്ന അവളുടെ ഉദരത്തിൽ കൈ വച്ചു.

ഉദരത്തിനുള്ളിൽ ശക്തമായി എന്തോ ഒന്നിളകി.

സലോമി വേദനയോടെ ഒന്നു പുളഞ്ഞു.

അച്ചന് ആ ചലനം നന്നായി അനുഭവപ്പെട്ടു.

"നിന്റെ വസ്ത്രം അഴിക്കൂ."

അച്ചൻ ആവശ്യപ്പെട്ടു.

സലോമി ഒരു സങ്കോചവുമില്ലാതെ അവളുടെ വെൽവെറ്റ് നൈറ്റ്ഗൗൺ ഊരിയെറിഞ്ഞു.

അതിനുള്ളിൽ അടിവസ്ത്രങ്ങൾ ഒന്നുമില്ലായിരുന്നു.

ഫാദർ ഗ്രിഗോറിയോസ് അനസ്താസിയുടെ ഹൃദയമിടിപ്പ് വർദ്ധിച്ചു.

അദ്ദേഹം നഗ്നമായ അവളുടെ ഉദരത്തിൽ കൈ വച്ച് പ്രാർത്ഥിക്കാൻ ശ്രമിച്ചുവെങ്കിലും പ്രാർത്ഥനാവാചകങ്ങൾ

മറന്നുപോയി.

സലോമി അച്ചന്റെ കണ്ണുകളിൽ ദൃഷ്ടി പതിപ്പിച്ചു നിൽക്കുകയായിരുന്നു.

അവളുടെ അടിവയറിനു കീഴിൽ എന്തോ ഒരു ശക്തിവിശേഷം മുളപൊട്ടി ദേഹമാസകലം പരക്കുന്നതുപോലെ തോന്നി.

അച്ചന്റെ ദേഹമാസകലം വിയർത്തു.

കാമം ഒരു സർപ്പത്തെപ്പോലെ അച്ചനെ വരിഞ്ഞുമുറുക്കി.

അദ്ദേഹം ളോഹ അഴിച്ചെറിഞ്ഞു.

സലോമിക്ക് കാര്യമായ രൂപമാറ്റങ്ങൾ വന്നിരിക്കുന്നത് അച്ചൻ തിരിച്ചറിഞ്ഞു.

ഇടതൂർന്ന തലമുടി നിതംബം വരെ വളർന്നിരിക്കുന്നു.

അവളുടെ കുചങ്ങളുടെ ആകൃതിയും ശരീരത്തിന്റെ ലാവണ്യവും അച്ചനെ അമ്പരപ്പിച്ചു.

അവൾ വലതു കരം നീട്ടി അച്ചന്റെ മാറിടത്തിലൂടെ താഴേക്ക് വിരലുകൾ ഓടിച്ചു.

വൈദ്യുതി സ്ഫുലിംഗങ്ങളായി ശരീരത്തിലൂടെ കടന്നുപോകുന്നതുപോലെ അച്ചനുതോന്നി.

അച്ചൻ അറിയാതെ അവളുടെ നഗ്നശരീരത്തിനുമുന്നിൽ മുട്ടുകുത്തി.

അവൾ തന്റെ കനത്ത തുടയെടുത്ത് അച്ചന്റെ തോളിൽ വച്ചു.

മദഗന്ധം ചൂടുപ്രസരിപ്പിച്ചുകൊണ്ട് മുഖത്തു തട്ടുന്നത് അച്ചനറിഞ്ഞു.

"എന്നെ നീ എന്താണു വിളിക്കുക?"

അവൾ സൗമ്യസ്വരത്തിൽ ചോദിച്ചു.

ഫാദർ ഗ്രിഗോറിയോസ് അനസ്താസിയോയുടെ വായ് വരണ്ടുണങ്ങിയിരുന്നു.

വാക്കുകളൊന്നും പുറത്തു വരാതിരുന്നപ്പോൾ അവൾ ചോദ്യം ആവർത്തിച്ചു.

അപ്പോൾ അച്ചൻ വിക്കിവിക്കി പറഞ്ഞു

"സ...ലോ.....മി."

അവൾ ചിരിച്ചു.

സുന്ദരമായ ഒരു മണി കിലുങ്ങുന്നതുപോലെയായിരുന്നു ആ ചിരി.

"അല്ല...ഞാൻ സലോമിയാണെന്ന് നിനക്കു തോന്നുന്നുണ്ടോ..?"

" ....ഇ...ല്ല.."

"പിന്നെ..?"

"അ..റി..യി..ല്ല."

അച്ചന്റെ പരിഭ്രമിച്ച ശബ്ദം കേട്ട് അവൾ പിന്നേയും ചിരിച്ചു.

"സുന്ദരമാണ് നിന്റെ ഈ ദൃഢഗാത്രം.. ഞാൻ ഇതിനെ ഓമനിക്കട്ടെ.."

അവൾ അച്ചന്റെ ചുരുണ്ടമുടിയഴകളിൽ വിരലുകൾ കോർത്തു അദ്ദേഹത്തെ പൊക്കിയെടുത്തു നേരേ നിർത്തി.

അനുസരണയുള്ള ഒരു ബാലനെപ്പോലെ അച്ചൻ അവൾക്കു മുന്നിൽ നിന്നു.

അവളുടെ വിലരുകൾ അച്ചന്റെ നഗ്നമായ ഉദരത്തിലൂടെ സഞ്ചരിച്ചു.

ഫാദർ ഗ്രിഗോറിയോസ് അനസ്താസിയോ ഉന്മാദത്തിന്റെ ഉത്തുംഗമായ അവസ്ഥയിൽ പരിഭ്രമിച്ചു നിന്നു.

ബ്രഹ്മചര്യത്തിന്റെ സുദൃഢമായ അവസ്ഥയെ തൊട്ടറിഞ്ഞ അവൾ മുഗ്ദയായി.

അവൾ അച്ചനെ മുറുകെ പുണർന്നുകൊണ്ട് അദ്ദേഹത്തിന്റെ ചുണ്ടുകളെ നുകരാൻ തുടങ്ങി.

അച്ചൻ സ്വയമറിയാതെ അവളെ ആലിംഗനം ചെയ്തു.

ബ്രഹ്മചര്യത്തിന്റെ തീവ്രമായ ഊർജ്ജപ്രവാഹം ഒരു ചുടുലാവപോലെ അരക്കെട്ടിൽ നിന്നു പ്രവഹിക്കാൻ തുടങ്ങി. അവൾ വലംകാൽ ഉയർത്തി പിണച്ചുവച്ചു.

അവളുടെ ജഘനകേന്ദ്രത്തിൽ സ്പർശിക്കവെ നെറുകയിൽ ഉജ്ജ്വലമായ എന്തോ ഒന്ന് പൊട്ടിവിടരുന്നതുപോലെയും അത് സുഷുമ്നാനാഡിയിലൂടെ താഴേക്കൂർന്ന് കുണ്ഡലിനിയിൽ എത്തുന്നതായും അച്ചന് അനുഭവപ്പെട്ടു.

ആ നിമിഷത്തിൽ മരണത്തിന്റെ ചൂളംവിളി ഉയർത്തിക്കൊണ്ട് സ്ഖലനം സംഭവിച്ചു.

അവൾ കുറച്ചു നിമിഷങ്ങൾ നിശ്ചലയായി.

അച്ചൻ സ്വർഗീയമായ സുഖത്തിന്റെ ആനന്ദത്തിൽ ബോധരഹിതനായി.

അവളുടെ ഭാവം മാറി. കൈകൾ അയഞ്ഞു.

പിണച്ചുവച്ച കാൽ മാറ്റിയതോടെ അച്ചൻ തറയിലേക്കു തലയടിച്ചു വീണു.

അവൾ അത്യന്തം കോപത്തോടെ അച്ചനുമേൽ ചാടി വീണു.

23

അധ്യായം 23

രാവിലെ എട്ടരയോടെയാണ് പാപ്പച്ചൻ കണ്ടത്തിൽ ബംഗ്ലാവിലെത്തിയത്. ഗേറ്റ് പൂട്ടിയിരുന്നു.

അയാൾ അമ്പരപ്പോടെ തെക്കേയറ്റത്തെ മതിൽ വിടവിലൂടെ അകത്തു കടന്നു.

വീടിനു ചുറ്റും നടന്നുനോക്കി.

വീടും പൂട്ടിയിരിക്കുകയാണ്.

പക്ഷേ കാറും ടൂവീലറും പോർച്ചിലുണ്ട്.

പാപ്പച്ചൻ പാചകക്കാരി കത്രീനയെ ഫോണിൽ വിളിച്ചു.

"നീയിന്ന് ബംഗ്ലാവിൽ വന്നില്ലേ?"

"വന്നു ചേട്ടായി.. ഗേറ്റ് പൂട്ടിക്കിടക്കുന്നതു കണ്ട് ഞാനിങ്ങുപോന്നു."

"നിന്നോട് കൊച്ചമ്മ ഒന്നും പറഞ്ഞില്ലേ?"

"ഇല്ല..പക്ഷേ കൊച്ചമ്മേം ബാംഗ്ലൂരു പോകും എന്നു പറഞ്ഞാരുന്നു. ഇത്ര പെട്ടെന്ന് പോകൂന്ന് ആരു കണ്ടു."

"എന്നോടൊരു കോപ്പും പറഞ്ഞില്ല."

പാപ്പച്ചന് ദേഷ്യം വന്നു.

"ഇതെന്താ ഇങ്ങനെയൊക്കെ?"

"അതാ എന്റേം സംശയം. സാറ് എന്നെ ഫോണിൽ വിളിക്കാറുള്ളതാണ്. ബംഗ്ലൂരു പോയീന്നു പറഞ്ഞതിൽപ്പിന്നെ ഒരു അറിവുമില്ല. ഇതിപ്പോ നമ്മുടെ വെള്ളം കുടി മുട്ടി കത്രീനേ."

പാപ്പച്ചൻ ഏതു പറഞ്ഞുകൊണ്ടിരിക്കെ ഫോണിൽ മറ്റൊരു കാൾ വന്നു.

"ആ കത്രീനേ ആരാണ്ട് വിളിക്കണുണ്ട്. നോക്കട്ടെ.."

പാപ്പച്ചൻ കത്രീനയുടെ കോൾ കട്ടാക്കി പുതിയ കോൾ എടുത്തു.

അപ്പുറത്ത് സലോമിയായിരുന്നു.

"പാപ്പച്ചാ, സലോമിയാണ്. ഞാൻ വെളുപ്പിനെ പോന്നായിരുന്നു. ബാംഗ്ലൂർക്ക് പോയിക്കൊണ്ടിരിക്കുവാ. രണ്ടാഴ്ച കഴിഞ്ഞ് വരും. ഫാമൊക്കെ നോക്കിക്കോളണേ."

"ഗേറ്റ് പൂട്ടിയിരിക്കുവാണല്ലോ."

"ആ വല്ലോരും വന്നു കേറണ്ടല്ലോന്ന് കരുതിയാ. പാപ്പച്ചന്റെ കൈയിൽ സ്പെയർ കീ ഇല്ലേ?"

"ഇല്ല."

"ആ സാരമില്ല. ഞാൻ വന്നിട്ടു നോക്കാം."

"ശരി."

പാപ്പച്ചൻ പിറുപിറുത്തുകൊണ്ട് കോൾ കട്ടു ചെയ്തു.

സലോമി ഒരു ചിരിയോടെ മൊബൈൽ സ്വിച്ച് ഓഫാക്കി കാറിന്റെ സീറ്റിലേക്കിട്ടു.

അവൾ അതിവേഗം കാറ് പായിക്കുകയായിരുന്നു.

ദേശീയ പാത 66 ലൂടെയുള്ള ആ യാത്ര കോഴിക്കോട് നഗരത്തോട് അടുത്തിരുന്നു.

പാച്ചാക്കിൽ ജംഗ്ഷനു സമീപം തിരക്കുള്ള ഇടം നോക്കി അവൾ വെളുത്ത നിറമുള്ള ഐ20 കാറ് ഒതുക്കി. ആ കാറ് ഫാദർ ഗ്രിഗോറിയോസ് അനസ്താസിയോയുടേതായിരുന്നു. സ്കൂൾകുട്ടികളും ജോലിക്കാരും വാഹനങ്ങളും തിങ്ങി നിറഞ്ഞ റോഡിൽ ആർക്കും ആരേയും ശ്രദ്ധിക്കാൻ സമയമുണ്ടായിരുന്നില്ല. സലോമി കാറിൽ നിന്നും തന്റെ ബാക്ക് പാക്കെടുത്ത് തോളിൽ തൂക്കി തൊട്ടടുത്ത സ്റ്റോപ്പിൽ നിന്നും ഒരു പ്രൈവറ്റ് ബസിന് കയറി.

"മാലാപ്പറമ്പ് ജംഗ്ഷൻ."

അവൾ കണ്ടക്ടറോടു പറഞ്ഞു.

അയാൾ പൈസ വാങ്ങി ടിക്കറ്റു മുറിച്ചുകൊടുത്തു.

"ആരെങ്കിലും ഈ ഗർഭിണിയായ സ്ത്രീക്ക് ഒരു സീറ്റൊഴിഞ്ഞു കൊടുക്കൂ."

കണ്ടക്ടർ യാത്രക്കാരോട് ആവശ്യപ്പെട്ടു.

ആരോ സീറ്റൊഴിഞ്ഞു കൊടുത്തു.

അവൾ അതിൽ ആശ്വാസത്തോടെ ഇരുന്നു.

രാവിലെ പതിനൊന്ന് മണി.

സതേൺ തിരുവാങ്കുളം പോലീസ് സ്റ്റേഷൻ.

സ്റ്റേഷനിൽ പതിവിലധികം തിരക്കുണ്ടായിരുന്നു.

എസ്ഐ ജയരാമൻ എഎസ്ഐമാരായ പ്രദീപും ജെയിംസുമായി അടിയന്തിരമായ മീറ്റിങ്ങിലാണ്.

"തൃപ്പൂണിത്തുറ സിഐ ഇങ്ങോട്ടു പുറപ്പെട്ടിട്ടുണ്ട്. കമ്മീഷണറും വിളിച്ചു. ഫാദർ ഗ്രിഗോറിയോസ് അനസ്താസിയോയുടെ തിരോധാനത്തിന് എത്രയും വേഗം തുമ്പുണ്ടാക്കണം. ഇന്നലെ രാത്രി മുതൽ കാണാതായതാണ്. ഒരു വിവരവുമില്ല. കാറോടെയാണ് ആൾ അപ്രത്യക്ഷനായത്. ഫോൺ സ്വിച്ചോഫാണ്."

ഇതിനിടെ പോലീസ് ഓഫീസർ ദീപക്ക് വന്നു തിടുക്കത്തിൽ തല കാണിച്ചു.

"സാർ സിഐ വന്നിട്ടുണ്ട്."

"എടോ ദീപക്കേ, ആ ഫെലിക്സ് അവിടെയുണ്ടല്ലോ അല്ലേ.. ഫാദറിന്റെ സെക്രട്ടറി."

"ഉണ്ട് സാർ.. ജില്ലാ പഞ്ചായത്ത് പ്രസിഡന്റ് ഡൊമിനിക്കും വന്നിട്ടുണ്ട്."

"ശരി."

അപ്പോഴേക്കും സിഐയും ജില്ലാ പഞ്ചായത്തു പ്രസിഡന്റും എസ്ഐയുടെ ക്യാബിനിലേക്കു വന്നു.

"എടോ എന്തായി കാര്യങ്ങൾ. വല്ല പുരോഗമനവും ഉണ്ടോ?"

സിഐ മോഹൻദാസ് വന്നപാടെ തിരക്കി.

എസ്. ഐ കസേര ഒഴിഞ്ഞുകൊടുത്ത് വിനീതനായി എഴുന്നേറ്റു നിന്നു

"ഫാദർ ഇന്നലെ രാത്രി മുതൽ അപ്രത്യക്ഷനാണ്."

"അതെനിക്കും അറിയാം. അന്വേഷണം വല്ലതും നടത്തിയോ?"

"സെക്രട്ടറി ഫെലിക്സിനെ ചോദ്യം ചെയ്തു. അയാൾക്കൊന്നുമറിയില്ല."

"അയാളെ വിളി."

സിഐ നിർദേശിച്ചു.

എഎസ്ഐ ദീപക്ക് ഫെലിക്സിനെ വിളിച്ചുകൊണ്ടു വന്നു.

“താനിരിക്ക്.”

സിഐ നിർദേശിച്ചപ്പോൾ ഫെലിക്സ് മുന്നിലെ കസേരയിലിരുന്നു.

“എപ്പോൾ മുതലാണ് ഫാദറിനെ കാണാതാകുന്നത്?”

“ഒമ്പതുമണിക്ക് കാറെടുത്തുകൊണ്ട് പോയതാണ്. എവിടേക്കാണെന്നു പറഞ്ഞില്ല.”

“ചോദിച്ചില്ലേ?”

“ഇല്ല. ചോദിച്ചാൽ ദേഷ്യപ്പെടും. പക്ഷേ രാവിലത്തെ പ്രാർത്ഥനക്ക് എന്തായാലും അച്ചനുണ്ടാകും. അതാണ് പതിവ്. കൺസൾട്ടിങ്ങ് എട്ടു മണിക്കു തുടങ്ങും. ഇന്നാണ് ആ പതിവെല്ലാം തെറ്റിയത്. രാവിലെ ആറുമണി മുതൽ ഫോണിൽ ശ്രമിക്കുന്നതാണ്. പക്ഷേ ഫോൺ സ്വിച്ചോഫാണ്.”

“പോകാനിടയുള്ള സ്ഥലങ്ങളിലൊക്കെ വിളിച്ചോ?”

“ഉവ്വ..കോലഞ്ചേരിയിലെ മഠത്തിലും ചോറ്റാനിക്കരയിലെ ഓർഫനേജിലുമാണ് സാധാരണ പോകുന്നത്. അവിടെ എത്തിയിട്ടില്ല.”

ഫെലിക്സ് പറഞ്ഞു നിറുത്തിയപ്പോൾ സിഐ മോഹൻദാസ് എസ്ഐയോടു പറഞ്ഞു:

“വേഗം സൈബർ സെല്ലിൽ ബന്ധപ്പെട്ട് ഫാദറിന്റെ ഫോൺ ട്രാക്ക് ചെയ്യാൻ പറയ്. ഇന്നലത്തെ മുഴുവൻ കോൾ റെക്കോഡ്സും വേണമെന്നു പറയ്.”

“സ്വിച്ചോഫാണെങ്കിൽ ട്രാക്കിങ്ങ് നടക്കില്ലല്ലോ സാറേ,”

“ആ കോൾ റെക്കോഡ്സ് എടുക്ക്. ലാസ്റ്റ് വിളിച്ചത് ആരൊക്കെയാണ് എന്നറിയാമല്ലോ.”

“ഓക്കെ സർ. അത് അരമണിക്കൂറിനുള്ളിൽ കിട്ടും.”

“ഒരു കാര്യം കൂടി ചെയ്യൂ. കാറ് കണ്ടെത്തണം. കാറേതാണ്. അതിന്റെ ഡീറ്റെയിലസ് പറഞ്ഞേ ഫെലിക്സ്.”

“വെളുത്ത നിറമുള്ള ഐ20 കാറാണ്. നമ്പർ കെഎൽ സെവൻ 5345.”

“വേഗം എല്ലാ സ്റ്റേഷനിലേക്കും റിപ്പോർട്ട് കൊടുക്ക്. ഈ കാർ കണ്ടെത്തിയാൽ വിവരം അറിയിക്കാൻ പറയ്.”

“ശരി സർ.”

എഎസ്ഐ പ്രദീപ് കണ്ട്രോൾ റൂമുമായി ബന്ധപ്പെട്ടു.

എസ്ഐ സൈബർ സെല്ലുമായി സംസാരിച്ചു.

സെൻസേഷണൽ കേസായതിനാൽ സൈബർ സെൽ ഉണർന്നു പ്രവർത്തിച്ചു.

മൊബൈൽ കമ്പനിയിൽ നിന്ന് അരമണിക്കൂറിനുള്ളിൽ റെസ്പോൺസ് വന്നു.

സിഐയുടെ മൊബൈലിൽ പിഡിഎഫ് ഫയൽ ആയി ഡീറ്റെയിൽസ് വന്നു.

“ഇതിന്റെ പ്രിന്റൗട്ട് എടുക്ക്. ആകെ 46 കോളുകൾ ഇന്നലെ വന്നിട്ടുണ്ട്. എല്ലാവരേയും വിളിക്കൂ. അവസാന നമ്പറിൽ നിന്നു തുടങ്ങിയാൽ മതി. നാലു പേർ പെട്ടെന്നു തന്നെ ഈ ജോലി ചെയ്യ്. പതിനഞ്ചു മിനിറ്റിനകം എനിക്കു റിപ്പോർട്ട് കിട്ടണം. ഒരു കാര്യം സുവിശേഷസെന്ററിൽ നിന്നെന്നപോലെ വേണം വിളിക്കാൻ. ആർക്കും സംശയം തോന്നരുത്.”

എഎസ്ഐമാരുടെ നേതൃത്വത്തിൽ കോൾ ചെയ്തു തുടങ്ങി.

24

അധ്യായം 24

ക്യാബിനിൽ സിഐയും എസ്ഐയും പഞ്ചായത്ത് പ്രസിഡന്റും തിരക്കിട്ട ചർച്ചയിലായി.

"ഫാദർ ഗ്രിഗോറിയോസ് അനസ്താസിയോ ഒരു നല്ല മനുഷ്യനാണ്. മോശം ശീലങ്ങളൊന്നുമില്ല. അത്ഭുതരോഗശാന്തി കൊണ്ട് അനേകം ആരാധകരെ അദ്ദേഹം സൃഷ്ടിച്ചെടുത്തിട്ടുണ്ട്."

പഞ്ചായത്ത് പ്രസിഡന്റ് ഡൊമിനിക് പറഞ്ഞു.

"അതുകൊണ്ട് തന്നെ ഈ കേസ് വളരെയധികം സെൻസേഷണലാകും. മീഡിയക്ക് കിട്ടിയാൽ വലിയ പ്രശ്നമാകും."

സിഐ തലചൊറിഞ്ഞു.

"അതെ എന്തൊക്കെ വൃത്തികെട്ട കഥകൾ ഉണ്ടാക്കും. ഇപ്പോൾ ക്രിസ്ത്യൻപുരോഹിത ന്മാരെ നാറ്റിച്ചാൽ നല്ല മാർക്കറ്റുണ്ടാകുമെന്ന് മീഡിയക്ക് നന്നായറിയാം."

ഡൊമിനിക് ആധി പിടിച്ചു.

കുറച്ചുസമയത്തിനകം കോൾറിപ്പോർട്ടുകൾ വന്നു.

എഎസ്ഐ ദീപക് പറഞ്ഞു

"സർ, മൂന്നു നമ്പറുകൾ ഒഴികെ ബാക്കിയെല്ലാം സജീവമാണ്. സംശയിക്കത്തക്കതായി ഒന്നുമില്ല."

"ഓക്കെ. ആ മൂന്നു നമ്പറുകളുടെ അഡ്രസ് തപ്പിയെടുക്കൂ.

"കോൾ റെക്കോഡ്സിൽ അഡ്രസുമുണ്ട്."

"വേഗം എടുക്ക്."

സിഐ തിടുക്കപ്പെട്ടു.

അപ്പോൾ എഎസ്ഐ ജെയിംസ് പുതിയ ഒരു ന്യൂസുമായി വന്നു.

“സർ, ഫാദറിന്റെ കാർ പാലിയേക്കര ടോൾ കടന്നതായി റിപ്പോർട്ടുണ്ട്.”

“ഗുഡ്. എത്ര മണിക്ക്.”

“രാവിലെ ഏഴരക്ക്.”

“ഓക്കെ. അപ്പോൾ വടക്കോട്ടാണ് ശ്രദ്ധ കൊടുക്കണ്ടത്. ഹൈവേ സസിടിവി സേർച്ച് ചെയ്യാൻ പറയുമോ?”

“ഇടറോഡിലേക്കു പോയിട്ടുണ്ടെങ്കിലോ സാർ.”

“എന്തായാലും എല്ലാ ടോൾ കേന്ദ്രങ്ങളും സെർച്ച് ചെയ്യണം. കണ്ട്രോൾ റൂമിൽ അറിയിക്കൂ വേഗം.”

സിഐ നിർദേശം കൊടുത്തു.

അപ്പോൾ അദ്ദേഹത്തിന്റെ മൊബൈൽ ശബ്ദിച്ചു

കമ്മീഷണറാണ്.

കമ്മീഷണറുടെ ചോദ്യങ്ങൾക്ക് സിഐ വിനീതനായി ഉത്തരം പറഞ്ഞു.

“12 മണിക്കൂറിനകം റിസൾട്ടില്ലെങ്കിൽ അന്വേഷണം എസ്പി തലത്തിലേക്ക് പോകും. ഡിജിപി ഇടപെട്ടിട്ടുണ്ട്.”

“നോക്കുന്നുണ്ട് സാർ, അദ്ദേഹം എവിടെയോ പറയാതെ പോയതായിരിക്കാനാണ് സാധ്യത. ഫാദറിന്റെ കാർ പാലിയേക്കര ടോളിൽ റിപ്പോർട്ട് ചെയ്തിട്ടുണ്ട്. കാര്യം സങ്കീർണമല്ലെന്നു തോന്നുന്നു.”

“ഓക്കെ.”

കമ്മീഷണർ ഫോൺ വച്ചു.

സി.ഐ അസ്വസ്ഥനായി.

“നമുക്കു വല്ലതും ചെയ്യാൻ പറ്റണം. കുഴപ്പമില്ലെന്നു പറഞ്ഞ് ഞാൻ അങ്ങേരെ സമാധാനിപ്പിച്ചിട്ടുണ്ട്. ..എടോ ജയരാമാ?”

“സാർ..”

“കോൾലിസ്റ്റിലെ മൂന്ന് അഡ്രസും കൊണ്ടുവാ. എവിടെപ്പോയതാണേലും അതൊന്നും കൺഫേം ചെയ്യാതെ തലവേദന തീരില്ല.”

“സാർ ലിസ്റ്റുണ്ട്. ഒന്ന് തിരുവനന്തപുരത്തു നിന്ന് കൃഷ്ണകുമാർ, മല്ലികാഭവനം രണ്ട്, പീറ്റർ, 12-234 , ഗുഡ് വിൽ ലെയിൻ തൃപ്പൂണിത്തുറ, മൂന്ന് സെബാസ്റ്റ്യൻ കണ്ടത്തിൽ ബംഗ്ളാവ് സൗത്ത്

മഴുവന്നൂർ."

"ആ തിരുവനന്തപുരം അവിടെ നിൽക്കട്ടെ. ബാക്കി രണ്ടും ഇപ്പോൾത്തന്നെ ഓരോരുത്തരെ നേരിട്ടു വിട്ട് ചെക്കു ചെയ്യിക്ക്."

"ഓക്കെ സർ."

എസ്ഐ ജയരാമൻ ക്യാബിൻ വിട്ടു പുറത്തേക്കു പോയി.

എഎസ്ഐ ദീപക്കിന്റെ ബൈക്ക് കണ്ടത്തിൽ ബംഗ്ലാവിന്റെ മുന്നിൽ വന്നു നിന്നു.

മഫ്തിയിലിയിരുന്നു ദീപക്ക്.

ഗേറ്റ് പൂട്ടിയിട്ടിരിക്കുന്നത് കണ്ട് ദീപക്ക് ചുറ്റും നോക്കി.

റോഡിലൂടെ ഒരാൾ സൈക്കിളിൽ വരുന്നതുകണ്ട് ദീപക്ക് അയാളെ കൈ കാണിച്ചു നിർത്തി.

"ഹലോ ചേട്ടാ, ഈ വീട്ടിലാരുമില്ലേ?"

"ഉണ്ടായിരുന്നല്ലോ?"

"ഗേറ്റു പൂട്ടിയിരിക്കുകയാണ്."

"സെബാസ്റ്റ്യൻ സാറിനെ കണ്ടിട്ട് രണ്ടു ദിവസമായി. അങ്ങേരുടെ ഭാര്യ ഇവിടെയുണ്ട്. അല്ലെങ്കിൽ പണിക്കാരുണ്ടാകുമല്ലോ. പാപ്പച്ചൻ കാണും."

"അതാരാ പാപ്പച്ചൻ?"

"ഇവിടത്തെ കാര്യസ്ഥനാണെന്ന് പറയാം."

"ഇവിടെ ആരേം കാണുന്നില്ല. അയാളുടെ വീടറിയാമോ?"

"ഞാനിത്തിരി തിരക്കിലാ."

"ഞാൻ പോലീസുകാരനാണ്. ഒരു കാര്യം അറിയാനാണ്."

പോലീസിലിൽ നിന്നാണെന്ന് അറിഞ്ഞപ്പോൾ വഴിപോക്കൻ വീടു കാണിക്കാൻ തയ്യാറായി.

അയാൾ സൈക്കിൾ വഴിയോരത്ത് ഒതുക്കിവച്ച് ദീപക്കിന്റെ ബൈക്കിന്റെ പിന്നിൽ കയറി.

പാപ്പച്ചന്റെ വീട്ടിലേക്ക് അവിടെ നിന്ന് അരകിലോമീറ്ററേ ഉണ്ടായിരുന്നുള്ളൂ.

പാപ്പച്ചൻ വീട്ടിൽത്തന്നെയുണ്ടായിരുന്നു.

ദീപക്ക് പോലീസിൽ നിന്നാണെന്നറിഞ്ഞപ്പോൾ പാപ്പച്ചൻ വിരണ്ടുപോയി.

“ഞാനൊരു മൊബൈൽ നമ്പറിന്റെ വിലാസം തപ്പി വന്നതാണ്.”

ദീപക്ക് നമ്പറും വിലാസവും പറഞ്ഞു

“വിലാസം ശരിയാ സാറെ, സെബാസ്റ്റ്യൻ, കണ്ടത്തിൽ ബംഗ്ലാവ്, സൗത്ത് മഴുവന്നൂർ. നമ്പറ് കൊച്ചമ്മയാ ഉപയോഗിക്കുന്നേ.”

“കൊച്ചമ്മയോ?”

“അതേ, സലോമിക്കൊച്ച്.”

“അവരെവിടെ?”

“ബാഗ്ലൂരെങ്ങാണ്ട് പോയിരിക്കുവോ. സാറും അതേ.”

“ചേട്ടന്റെ ഫോണിൽ ഒന്നു വിളിച്ചേ..?”

പാപ്പച്ചൻ ഉടൻതന്നെ നമ്പർ ഡയൽ ചെയ്തു വിളിച്ചു.

“ഫോൺ സ്വിച്ചോഫാ സാറെ.”

“ങാ അതുതന്നെയാ പ്രശ്നം?”

“പക്ഷേ എന്നെ രാവിലെ കൊച്ചമ്മ വിളിച്ചാരുന്നു. ഇതേ നമ്പറീന്ന്.”

“എന്നിട്ടെന്തു പറഞ്ഞു?”

“ബാംഗ്ലൂർക്ക് പോയിക്കൊണ്ടിരിക്കുവാണെന്ന് പറഞ്ഞു.”

“ഫോൺ വന്നപ്പോൾ എത്ര സമയമായിട്ടുണ്ട്.”

ദീപക്ക് ചോദിച്ചപ്പോൾ പാപ്പച്ചൻ ഫോൺ നോക്കി കോൾ വന്ന സമയം പറഞ്ഞു.

“സാറെ എട്ടര മണി.”

“ഇപ്പോൾ വീട്ടിലാരു തന്നെ ഇല്ല അല്ലേ?”

“സാറും ബാഗ്ലൂരാണ്. ഇപ്പോ സലോമിക്കൊച്ചും അങ്ങോട്ടു പോയേക്കുവല്ലേ. രാവിലെ വിളിച്ചപ്പോഴാ ഞാൻ അറിയുന്നേ.”

“അപ്പോ നിങ്ങളോടു പറഞ്ഞില്ലാരുന്നോ?”

“അതല്ലേ രസം. കത്രീനയോടു പോലും പറഞ്ഞില്ല.”

“അതാരാ?”

“ബംഗ്ലാവിലെ വെപ്പുകാരി.”

“ഫാദർ ഗ്രിഗോറിയോസ് അനസ്താസിയോസിനെ അറിയുമോ?”

“അതാരാ?”

“ഇവിടെ വന്നിട്ടില്ലേ?”

“ഞാൻ കണ്ടിട്ടില്ല. എന്താ സാറേ?”

"എന്റെയൊരു പരിചയക്കാരനാണ്."

"ഇന്നലെ പകൽ നിങ്ങളിവിടെ ഉണ്ടായിരുന്നോ?"

"ഉണ്ടായിരുന്നു. പക്ഷേ ഫാമിലും ഇവിടത്തെ പറമ്പിലും പണിക്കാർക്ക് ഓരോ കാര്യങ്ങൾ പറഞ്ഞുകൊണ്ടിരുന്നു."

"സലോമിക്കൊച്ചമ്മയോ?"

"വീട്ടിലുണ്ടായിരുന്നു. പക്ഷേ എങ്ങോട്ടെങ്കിലും പോയോ എന്നറിയില്ലാ കേട്ടോ. കാരണം ഞാനങ്ങോട്ടും ഇങ്ങോട്ടുമൊക്കെ മാറുമായിരുന്നല്ലോ. ആ ഗ്യാപ്പിന് പുറത്തുപോയാൽ ഞാനെങ്ങനെ അറിയാനാണ്?"

"ശരി ചേട്ടാ നന്ദി.."

ദീപക്ക് പാപ്പച്ചനോടു യാത്ര പറഞ്ഞു പിരിഞ്ഞു

25

അധ്യായം 25

എസ്ഐ ജയരാമന് പുതിയ ഒരു ന്യൂസ് കിട്ടി.

അന്വേഷണത്തിലെ സുപ്രധാനമായ വഴിത്തിരിവായിരുന്നു ആ വിവരം.

എസ്ഐ അത് ഉടൻ സിഐ മോഹൻദാസിനെ അറിയിച്ചു.

“പാലിയേക്കര ടോൾ പ്ലാസയിലെ സിസിടിവി ദൃശ്യം കിട്ടി. ഫാദറിന്റെ കാറോടിച്ചിരുന്നത് ഒരു സ്ത്രീയായിരുന്നു.”

“സ്ത്രീയോ?”

“അതെ.”

“കാറിൽ ഫാദറുണ്ടായിരുന്നോ?”

“ഇല്ല. വേറാരുമില്ല. ഈ സ്ത്രീ മാത്രമാണ് കാറിൽ ഉണ്ടായിരുന്നത്. കാറോടിച്ചിരുന്നത് അവരാണ്.”

“അപ്പോൾ ഫാദറെവിടെപ്പോയി...ഇതിലെന്തോ കുഴപ്പമുണ്ടല്ലോ..?”

സിഐ മോഹൻദാസ് വെരുകിനെപ്പോലെ എഴുന്നേറ്റു തലങ്ങും വിലങ്ങും നടന്നു.

അദ്ദേഹം തിടുക്കത്തിൽ എസ്ഐയോട് നിർദേശിച്ചു

“ആ സ്ത്രീയുടെ ചിത്രം സിസിടിവി ഫൂട്ടേജിൽ നിന്നെടുക്കാൻ പറയ്.”

എസ്ഐ സിപിഒ സൂരജിനെ വിളിച്ചു കാര്യം പറഞ്ഞു.

“വീഡിയോ ഫ്രീസ് ചെയ്ത് ആ സ്ത്രീയുടെ ചിത്രം പ്രിന്റൗട്ട് എടുക്ക്.”

“ജയരാമാ..?”

സിഐ വിളിച്ചു

“എന്താ സർ?”

“ആ ഫെലിക്സ് അവിടെയുണ്ടോ?”

“അയാള് ചായ കുടിക്കാൻ പുറത്തേക്കു പോയതാണെന്നു തോന്നുന്നു..”

“അയാളെ ഒന്നു വിളിക്ക്.”

ജയരാമൻ ഫെലിക്സിനെ ഫോണിൽ വിളിച്ചു.

പത്തുമിനിറ്റിനകം ഫെലിക്സ് വന്നു.

സിഐ ഫെലികിസ്നോട് ചോദിച്ചു:

“ഇന്നലെ പ്രത്യേകിച്ച് ആരെങ്കിലും ഫാദറിനെ കാണാൻ വന്നിരുന്നോ?”

“വിസിറ്റേഴ്സ് ഉണ്ടല്ലോ..ദിവസം നാൽപതോ അമ്പതോ പേര് കാണും.

“അസാധാരണമായി എന്തെങ്കിലും ഉണ്ടായോ?”

“അസാധാരണം എന്നു ചോദിച്ചാൽ..?”

ഫെലിക്സ് ആലോചനയിലാണ്ടു.

“ഫാദറിന്റെ കാറ് പാലിയേക്കര ടോൾ കടന്നതായി തീർപ്പെടുത്തിയിട്ടുണ്ട്. അതോടിച്ചിരുന്നത് ഒരു യുവതിയാണ്. ഫാദർ കാറിൽ ഇല്ലതാനും.”

“കർത്താവേ..ഇതെന്തൊക്കെയാ ഈ കേൾക്കുന്നേ...എന്തോ കുഴപ്പമുണ്ട് സാറേ..”

ഫെലിക്സ് ആധിയോടെ പറഞ്ഞു.

അപ്പോഴേക്കും സിപിഒ സൂരജ് സ്ത്രീയുടെ ചിത്രവുമായി ക്യാബിനിലേക്കു വന്നു.

ജയരാമൻ അതുവാങ്ങി നോക്കിയിട്ട് സിഐയെ ഏൽപിച്ചു.

സിഐ ആ ചിത്രം ഫെലിക്സിനെ കാണിച്ചു

“ഈ സ്ത്രീയെ നിങ്ങൾക്കു പരിചയമുണ്ടോ?”

ഫെലിക്സ് ചിത്രം വാങ്ങി നോക്കി.

“ഇല്ല സാർ....പക്ഷേ എവിടേയോ ഇവരെ കണ്ടിട്ടുണ്ട്.. ആ എനിക്ക് തോന്നുന്നത് ഈ സ്ത്രീ ഇന്നലെ അവിടെ വന്നിരുന്നു. ടോക്കൺ എടുത്തില്ല. നേരേ ഫാദറിന്റെ റൂമിലേക്കു ചെന്നു. ഫാദർ വഴക്കു പറഞ്ഞു വിട്ടു. ഇവർ പിന്നെ ടോക്കണെടുക്കാൻ നിൽക്കാതെ പിണങ്ങിപ്പോവുകയാണുണ്ടായത്.”

"അവിടെ സിസിടിവ ഇല്ലേ?"

"ഉവ്വ സർ."

"ജയരാമാ..ഫെലിക്സിനേയും കൂട്ടി ഇവരുടെ ഓഫീസിൽ ചെന്ന് ഇന്നലത്തെ അവിടത്തെ സിസിടിവി ഫൂട്ടേജ് ഒന്നു നോക്കൂ."

"ശരി സാർ.. എന്നാൽ വാ ഫെലിക്സേ."

ജയരാമൻ ഫെലിക്സിനേയും കൂട്ടിപ്പോയി.

മുത്താറമലയുടെ മുകളിൽ ആ നട്ടുച്ചയിലും കോടമഞ്ഞിന്റെ ഒരു പുതപ്പ് ചിത്രകൂടത്തെ ചുറ്റിയ വെളുത്തപട്ടുപോലെ പൊതിഞ്ഞു നിന്നു.

തണുപ്പുമൂടിയ അന്തരീക്ഷത്തിൽ ഹോമധൂമം കോടമഞ്ഞിനോട് ഇടകലർന്നു നിന്നു.

ഉത്തസ്വാമി ഈറൻ ശരീരത്തോടെ പൂർണനഗ്നനായി ഹോമകുണ്ഡത്തിന് മുന്നിലിരുന്നു മന്ത്രം ജപിച്ചുകൊണ്ടിരുന്നു. മന്ത്രജപത്തിന്റെ അലകൾ ഒരു മുരൾച്ചപോലെ ആ കുടിലിനെ വരിഞ്ഞുനിന്നു.

അനൂപ് അതിനൊപ്പം ഭയപ്പാടോടെ മുരണ്ടുകൊണ്ട് വാൽ ചുരുട്ടി വരാന്തയുടെ മൂലിയിലേക്കുമാറി.

അരൂപികളായ ആരെയൊക്കെയോ അവൻ കാണുന്നുണ്ടായിരുന്നു.

അവന്റെ ശ്വാനനയനങ്ങളിൽ ഭയം ഉരുണ്ടുകൂടി.

ഉത്തസ്വാമിയുടെ വലതു കർണത്തിൽ കർണപിശാചിനിയുടെ മർമരം

"അവൾ വരുന്നുണ്ട്....അവന്റെ ജനനത്തിന് സമയമായി."

"ഓം കർണപിശാചിനി സ്വാഹാ.."

ഉത്തസ്വാമി ഒരു പിടി കടുക് വാരി ഹോമകുണ്ഡത്തിലേക്കിട്ടു.

"വേട്ടനായക്കൾ പിന്നാലെയുണ്ട്..ബന്ധിച്ചാലും....."

"ഉത്തരവ് സ്വാമിനി.."

ഉത്തസ്വാമി കൂർപ്പിച്ച ഈർക്കിലികൾ ചെറുനാരങ്ങയിൽ കുത്തികയറ്റി ഹോമകുണ്ഡത്തിലിട്ടു.

ആ സമയം എസ്ഐ ജയരാമനും ഫെലിക്സും സഞ്ചരിച്ച ജീപ്പ് ഒരു ടോറസ് ലോറിയിലേക്ക് ഇടിച്ചു കയറി. മാമലക്കവലയിൽ

വച്ചായിരുന്നു ആ സംഭവം.

ഇരുവർക്കും ഗുരുതരമായി പരുക്കുപറ്റി.

രണ്ടുപേരേയും ഹോസ്പിറ്റലിലേക്കു കൊണ്ടുപോയി.

ആ വാർത്ത സിഐ മോഹൻദാസിന് ഒരു ഷോക്കായി.

പക്ഷേ മറ്റൊരു ന്യൂസ് കിട്ടി.

ഫാദറിന്റെ കാർ ഉപേക്ഷിക്കപ്പെട്ട നിലിൽ കണ്ടെത്തി.

ദേശീയപാത 66 ൽ കോഴിക്കോടിനടുത്ത് പാച്ചാക്കിൽ ജംഗ്ഷനുസമീപമാണ് വെളുത്ത നിറമുള്ള ഐ20 കാർ കണ്ടെത്തിയത്. കാറിനുള്ളിൽ പ്രത്യേകിച്ചൊന്നും കാണാൻ കഴിഞ്ഞില്ല.

ഡോഗ് സ്ക്വാഡിനെ കൊണ്ടു വന്നു.

പോലീസ് നായ കാറിൽ നിന്നു മണത്ത് തൊട്ടടുത്ത ബസ് സ്റ്റോപ്പ് വരെ വന്നു നിന്നു.

വിവരങ്ങൾ കിട്ടിയ സിഐ മോഹൻദാസ് ഊഹിച്ചു:

"ആ സ്ത്രീ ബസിൽ കയറി പോയിട്ടുണ്ടാകണം. പക്ഷേ എങ്ങോട്ടായിരിക്കും പോയിട്ടുണ്ടാവുക.. അതറിയില്ല...പ്രശ്നം സങ്കീർണമാവുകയാണ്.."

എഎസ്ഐ ദീപക്കിനാണ് ഇപ്പോൾ എസ്ഐയുടെ ചാർജ്. അയാൾ ഹോസ്പിറ്റലിൽ നിന്ന് ഇപ്പോൾ അവിടേക്കു വന്നതേയുള്ളൂ.

"ദീപക്കേ, ജയരാമനും ഫെലിക്സിനും എങ്ങനെയുണ്ട്?"

"സീരിയസാണ് സാർ..."

"വലിയ കഷ്ടമായിപ്പോയി. ഒരു കാര്യം ചെയ്യൂ. ആ പ്രിന്റൗട്ട് ജയരാമന്റെ കൈയിലായിരുന്നു. ഒരെണ്ണം കൂടി എടുക്കാൻ പറയ്.."

ദീപക്ക് ക്യാബിനു വെളിയിലേക്ക് പോയി.

പക്ഷേ ഏതാനും മിനിറ്റ് കഴിഞ്ഞ് അയാൾ നിരാശനായി മടങ്ങി വന്നിട്ട് പറഞ്ഞു

"സാർ ആ ഫയൽ ഡിലിറ്റായിപ്പോയെന്നു തോന്നുന്നു. കമ്പ്യൂട്ടറിൽ കാണാനില്ല."

"എന്താടോ ഈ പറയുന്നത്. നോക്കട്ടെ എന്റെ വാട്ട്സാപ്പിൽ വീഡിയോ ആയിട്ടു വന്നതാണല്ലോ."

സിഐ വാട്ട്സാപ്പ് വീഡിയോ നോക്കി.

അതും കാണാനില്ല.

"ഇതെന്ത് മറിമായമാണ്. ആ വീഡിയോ എവിടെപ്പോയി... ഒരു കാര്യം ചെയ്യൂ അങ്ങനെ വിട്ടാൽ പറ്റില്ലല്ലോ..ടോൾ പ്ലാസയിലേക്ക് വിളി. ആ വീഡിയോ ഒന്നു കൂടി അയക്കാൻ പറയ്."

"ശരി സാർ.."

ദീപക്ക് കൺട്രോൾ റൂമിൽ ബന്ധപ്പെട്ടു.

പക്ഷേ പ്രയോജനമൊന്നുമില്ലായിരുന്നു.

എല്ലാവരേയും അമ്പരപ്പിച്ചുകൊണ്ട് ആ സിസിടിവി ദൃശ്യങ്ങൾ അപ്രത്യക്ഷമായിരുന്നു.

സലോമിയിലേക്ക് പോലീസ് തുറന്നു കൊണ്ടിരുന്ന വാതായനങ്ങൾ ഒന്നൊന്നായി അടഞ്ഞുകൊണ്ടിരുന്നു.

സിഐ മോഹൻദാസ് നിരാശയോടെ മേശയിൽ ആഞ്ഞിടിച്ചു.

മേശയിലെ ഫോണും ഫയലുകളുമടക്കം താഴെ ചിതറി വീണു.

26

അധ്യായം 26

സലോമി അന്തേരിക്കവലയിൽ വന്നിറങ്ങുമ്പോൾ ഉച്ചക്കു പന്ത്രണ്ടു മണിയായിരുന്നു.

പുലിപ്പാറ വെള്ളച്ചാട്ടത്തിലേക്കു പോകാൻ ഒരു ജീപ്പ് തയ്യാറായി കിടക്കുന്നുണ്ട്.

നാലുപേരേ സഹയാത്രികരായി ഉള്ളൂ.

ജീപ്പിനെ സമീപിച്ച സലോമിയെ ഡ്രൈവർ അടിമുടി നോക്കി.

പൂർണഗർഭിണിയാണ് അവൾ.

“ചേച്ചി വഴി കുഴപ്പം പിടിച്ചതാണു കേട്ടോ... കുഴപ്പം വല്ലതും ഉണ്ടാവ്വോ?”

“ഇല്ല ചേട്ടാ..പേടിക്കണ്ട.”

സലോമി പറഞ്ഞു.

അവൾ എന്തു നേരിടാൻ തയ്യറായാണ് വന്നിരിക്കുന്നത്.

വെറും മൂന്ന് ദിവസങ്ങൾ കൊണ്ട് പൂർണഗർഭം സംഭവിച്ചിരിക്കുന്നു.

ആരു വിശ്വസിക്കാനാണ്.

ഇതിനോടകം നാലു കൊലപാതകങ്ങൾക്കു കൂടി താൻ ഉത്തരവാദിയാണ്.

ഒരേയൊരു കാരണം ഉത്തസ്വാമി എന്ന ആ നശിച്ച മനുഷ്യനാണ്.

അയാളെ കാണാൻ തോന്നിച്ച ആ നിമിഷത്തെ അവൾ ശപിച്ചു.

ആ ജ്യോത്സ്യ ലളിതയാണ് എല്ലാത്തിനും കാരണക്കാരി.

അവരെ പറഞ്ഞിട്ടു കാര്യമില്ല, തന്റെ പിടിവാശിയായിരുന്നല്ലോ വിജയിച്ചത്. ഇനി അനുഭവിക്കുക തന്നെ.

ജീപ്പ് കുലുങ്ങികുലുങ്ങി മുന്നോട്ട് പോകാൻ തുടങ്ങി.

ഡ്രൈവർ ദയയോടെ അവൾക്കു മുന്നിലെ സീറ്റിലിരിക്കാൻ അനുമതി കൊടുത്തു.

കുടൽമറിയുന്നപോലെയുള്ള സഞ്ചാരമായിരുന്നു പിന്നീട്.

സലോമി പലപ്പോഴും വയർപൊത്തി വേദനയടക്കിപ്പിടിച്ചു.

കുടജാദ്രിമലയിലേക്കുള്ള കയറ്റമൊക്കെ നിസാരം.

ഒടുവിൽ ജീപ്പ് പുലിപ്പാറ വെള്ളച്ചാട്ടത്തിനടുത്തെത്തിയപ്പോൾ സലോമി അവശയായിരുന്നു.

ഡ്രൈവർ ചോദിച്ചു:

“ചേച്ചിക്ക് കുഴപ്പമൊന്നുമില്ലല്ലോ അല്ലേ..?”

“ഇല്ല..നോ പ്രോബ്ലം.”

“കൂടെ ആരുമില്ലേ..?”

“എന്തിന്...ഈ വെള്ളച്ചാട്ടം കാണാൻ കൂടെ ആൾക്കാരെന്തിന്.. നമ്മുടെ നാട്ടിൽ ഒരു സ്ത്രീക്ക് ഒറ്റക്കു സഞ്ചരിക്കാൻ പറ്റുമോ എന്നു നോക്കണ്ടെ ചേട്ടാ...”

ഡ്രൈവർ പിന്നെ കൂടുതൽ സംസാരത്തിന് നിന്നില്ല.

സലോമി മറ്റു ടൂറിസ്റ്റുകളുടെ കൂടെ വെള്ളച്ചാട്ടത്തിന് സമീപത്തേക്കു നടന്നു.

പാറക്കെട്ടുകളിൽ തല്ലിത്തലോടിയൊഴുകുന്ന വെള്ളച്ചാട്ടത്തെ അൽപനേരം നോക്കി നിന്നശേഷം അവൾ പതിയെ ഓരത്തുള്ള വഴിയിലൂടെ ആരുടേയും ശ്രദ്ധയിൽപ്പെടാതെ മുന്നോട്ടു നടക്കാൻ തുടങ്ങി.

വയറു നന്നായി വേദനിക്കാൻ തുടങ്ങിയിരിക്കുന്നു.

ഉള്ളിൽ എന്തോ ഇളകി മറിയുന്നതുപോലെ.

എത്രയും വേഗം ഉത്ത സ്വാമിയെ കാണാനാണ് മനസു പറയുന്നത്.

അയാൾക്കല്ലാതെ മറ്റാർക്കും ഒന്നും ചെയ്യാനാകില്ല.

ശാസ്ത്രത്തിനോ മെഡിക്കൽ സയൻസിനോ ഇക്കാര്യത്തിൽ ഉത്തരം നൽകാനാകില്ല.

സലോമി കാടുമൂടിത്തുടങ്ങിയ ഒറ്റയടിപ്പാത ഊഹിച്ചെടുത്ത് നടന്നു.

കാടു കൂടുതൽ വന്യമായി വരികയാണ്.

വെള്ളച്ചാട്ടത്തിന്റെ ഹുങ്കാരവും ടൂറിസ്റ്റുകളുടെ ശബ്ദവും അകന്നുപോയിരിക്കുന്നു.

സലോമി തളരാൻ തുടങ്ങി.

അവൾ വെട്ടിവിയർത്തു.

കാലുകൾ തളരുകയാണ്.

ഉദരം അതിശക്തമായി വേദനിക്കുന്നു.

കറുത്ത നീളൻ സ്കെർട്ട് തുടരെ തട്ടിയപ്പോൾ അവൾ പാവാട തെറുത്തുവച്ചു നടന്നു.

പക്ഷേ അധികദൂരം നടക്കാനായില്ല.

സലോമി മുട്ടുകുത്തി വീണു.

ഗർഭജലം കാലിലൂടെ ഒഴുകാൻ തുടങ്ങി.

ഉദരത്തിന്റെ വേദന സഹിക്കാൻ കഴിയാതെ സലോമി ഉറക്കെ അലറി.

ആ അലർച്ച വനത്തിൽ എമ്പാടും പ്രകമ്പനം കൊണ്ടു.

മുത്താറമലയുടെ മുകൾപ്പരപ്പിലെ കുടിലിൽ ഉത്തസ്വാമി ചാടിയെഴുന്നേറ്റു.

അയാൾ ചുവന്ന പട്ടുടുത്ത് മാന്ത്രിക ദണ്ഡും കൈയിലെടുത്ത് പുറത്തേക്കു പാഞ്ഞിറങ്ങി.

“അനൂപേ വാടാ...”

ഉത്തസ്വാമി അലറി.

വരാന്തയിൽ കിടന്ന അനൂപ് ഉത്തസ്വാമിക്കൊപ്പം ചാടിയിറങ്ങി.

പിന്നെ കൊടുങ്കാറ്റിന്റെ വേഗതയിൽ ഇരുവരും മലയിറങ്ങി.

കാടിന്റെ ഇരുളിമയിലൂടെ സലോമി ഇഴഞ്ഞും നിരങ്ങിയും നീങ്ങി.

പച്ചപ്പുപിടിച്ച ഒരു പൊന്തക്കാട്ടിലേക്ക് അവൾ ഉരുണ്ടുപോയി.

കറുത്ത സ്കേർട്ട് രക്തത്തിൽ കുതിർന്നു.

നട്ടുച്ചയുടെ വെയിൽ കിരണങ്ങൾ വൻവൃക്ഷങ്ങളുടെ ഇലപ്പടർപ്പുകൾക്കിടയിലൂടെ പുളഞ്ഞു താഴേക്കുതിർന്നു.

ചുറ്റുപാടും കുറുക്കന്മാരുടെ ഓലിയിടൽ ഉയർന്നു.

എവിടെ നിന്നോ കൂമന്മാരുടെ മൂളൽ കേട്ടു.

കോടമഞ്ഞ് ഒരു ഇരുൾപോലെ ചുറ്റും പരന്നു.

പൊടുന്നനെ മുളചീന്തും പോലെ സലോമി അലറിക്കരഞ്ഞു.

ഉദരഭാരം താഴേക്കു തള്ളുകയാണ്.

അവൾ കാലുകൾ ഇരുവശത്തേക്കും അകത്തി.

ചോരയുടെ മണം പിടിച്ച് കുറുനരികൾ അടുത്തടുത്തു വന്നു.

ഇരുൾക്കാട്ടിൽ സലോമിക്കരികിൽ അവയുടെ കണ്ണുകൾ വന്യമായി തിളങ്ങി.

ഉഗ്രമായ ഒരു വേദന.

വന്യമായ ഒരു കരച്ചിൽ.

ആ കുഞ്ഞ് മണ്ണിലേക്ക് പിറന്നു വീണു.

സലോമിയുടെ ബോധം പോയി.

അതേസമയം തന്നെ ഉത്ത സ്വാമിയും അനൂപും അടുത്തെത്തിയിരുന്നു.

എന്തോ സൂചന കിട്ടിയിട്ടെന്നവണ്ണം അയാൾ മാറി നിന്നു.

കുറുനരികളുടെ ഓലിയിടലുകൾക്കൊപ്പം കുരച്ചുകൊണ്ടിരുന്ന അനൂപിനെ അയാൾ തടഞ്ഞു.

ഓമനത്തമുള്ള ഒരു കുഞ്ഞ് വാ പിളർത്തിക്കരഞ്ഞു.

അൽപസമയത്തിനകം കുറുനരികൾ അമ്മയേയും കുഞ്ഞിനേയും വളഞ്ഞു.

ഒരു കുറുനരി പൊക്കിൾക്കൊടി കടിച്ചുമുറിച്ചു.

അപ്പോഴേക്കും വലിയ ഒരു ഗർജനം കാടിനെ നടുക്കി.

എവിടെ നിന്നോ ഒരു കടുവ അവിടേക്കു ചാടി വീണു.

അത് കുറുനരികളെ ആട്ടിപ്പായിച്ചു.

എന്നിട്ട് ആ കുഞ്ഞിനെ കടിച്ചെടുത്തുകൊണ്ട് നടന്നു.

അനൂപ് മുരണ്ടു.

ഉത്തസ്വാമി അവനെ തടഞ്ഞു.

കടുവ ഒരു നിമിഷം തിരിഞ്ഞു നിന്ന് ഉത്തസ്വാമിയെ നോക്കി.

അയാൾ തല കുമ്പിട്ടു.

കടുവ കാട്ടിലേക്കു കയറി അപ്രത്യക്ഷനായി.

ഉത്തസ്വാമി ബോധരഹിതയായ സലോമിയെ എടുത്തു തോളിലിട്ടു.

പിന്നെ അതിവേഗം നടന്നു.

27

അധ്യായം 27

സലോമിക്കു ബോധം തെളിയുമ്പോൾ പിറ്റേന്ന് നേരം വെളുത്തിരുന്നു.

അവളുടെ ദേഹം തുടച്ചു വൃത്തിയാക്കപ്പെട്ടിരുന്നു.

കണ്ണുതുറക്കുമ്പോൾ ഉത്തസ്വാമി വരാന്തയിലിരുന്ന് ചായ കുടിക്കുന്നുണ്ട്.

അവൾ എഴുന്നേറ്റിരുന്നു.

അവൾക്ക് അയാളോടു വെറുപ്പു തോന്നി.

ആ കുഞ്ഞിന്റെ അച്ഛൻ യഥാർത്ഥത്തിൽ ഈ വൃത്തികെട്ട വൃദ്ധനല്ലേ.

അവൾ മനസിൽ വിചാരിച്ചു.

"ആ കുഞ്ഞിന്റെ അച്ഛൻ ഞാനല്ലെന്ന് നിന്നോട് അന്നേ പറഞ്ഞിരുന്നതല്ലേ."

പൊടുന്നേയുള്ള ഉത്തസ്വാമിയുടെ മറുപടി അവളെ ഞെട്ടിച്ചു.

ഇയാൾ മനസ് വായിക്കുന്ന മഹാമാന്ത്രികനാണ്.

"ആ കുഞ്ഞെവിടെ?"

സലോമി ചോദിച്ചു.

"അവൻ വനമകൻ... നീ ദൈവത്തായും."

"ദൈവമോ..അത് പിശാചല്ലേ..?"

സലോമി രോഷത്തോടെ ചോദിച്ചു.

"പിശാചായി കാണുന്നവർക്ക് അവൻ പിശാച്..ദൈവമായി കാണുന്നവർക്ക് അവൻ ദൈവം."

ഉത്തസ്വാമി ചിരിച്ചു.

"നിനക്കു ചായ വേണോ?"

സലോമി തടയാട്ടി.

അയാൾ ഓട്ടുമൊന്തയിൽ ചായ കൊടുത്തു.

അവൾ ചൂടോടെ അതുവാങ്ങിക്കുടിച്ചു.

"നിന്റെ ആഗ്രഹങ്ങളെല്ലാം സാധിച്ചില്ലേ?"

വൃദ്ധൻ പരിഹാസത്തോടെ അവളെ നോക്കി.

സലോമി അയാളെ പകയോടെ വീക്ഷിച്ചു.

ഉത്തസ്വാമി തുടർന്നു.

"സെബാസ്റ്റ്യൻ അയാളുടെ അനുജൻ വില്യംസ്, പിന്നെ നിന്റെ കാമുകൻ സന്ദീപ്, പാവം മാന്ത്രികനായ അച്ചൻ ഗ്രിഗോറിയോസ്. അയാളെയായിരുന്നു എനിക്കു ഭയം. പക്ഷേ കാമമായിരുന്നു അവനെ തോൽപിച്ചുകളഞ്ഞത്. പോലീസ് വൈകാതെ നിന്നെ തിരഞ്ഞുവരും, ഞാനിട്ട ബന്ധനം അഴിഞ്ഞാൽ.."

"എന്നെ പോലീസ് പിടിച്ചാൽ കിളവാ തന്നേയും ഞാൻ കുടുക്കും.."

സലോമി മുരണ്ടു.

അവളുടെ ദേഷ്യം കണ്ട് അനൂപ് കുരച്ചു.

"നീ കുരക്കണ്ടെടാ നായേ.."

സലോമി പ്രതികരിച്ചു.

ഉത്തസ്വാമി ഉറക്കെ ചിരിച്ചു.

"അവൻ നായല്ല."

"പിന്നെന്തുവാ..മനുഷ്യനാണോ..?"

"നായും നരിയും മനുഷ്യനും പുഴുവും എല്ലാം വെറും കുപ്പായങ്ങൾ മാത്രമാണ് മോളേ..ചിലത് ഇറുക്കമുള്ളവ, ചിലത് ആഡംബരം, ചിലത് കീറിപ്പറിഞ്ഞത്...എല്ലാത്തിന്റേയും ഉള്ളിലെ ആത്മാവാണ് സത്യമായുള്ളത്. കാലങ്ങളേയും മരണത്തേയും അതിജീവിക്കുന്നവൻ അതു മാത്രമാണ്.. അനൂപ് ആരാണെന്ന് നിനക്കറിയണ്ടേ..?"

"പറയൂ."

"എന്റെ മകൻ... ബാംഗ്ലൂരിൽ കമ്പ്യൂട്ടർ സോഫ്റ്റ്വെയർ എൻജിനീയറായിരുന്നു ഇവൻ. ദൈവനിഷേധി. രണ്ടു വർഷം മുമ്പ് ഒരു ആക്സിഡന്റിൽ ഇവന്റെ മനുഷ്യ ജന്മം അവസാനിച്ചു. പിന്നെ ഒരു നായായി ജനിച്ച് പുലിപ്പാറവെള്ളച്ചാട്ടത്തിനരികിൽ വന്ന് എന്നെ കാത്തു കിടന്നു എന്റെ മോൻ."

അതുപറഞ്ഞപ്പോൾ ഉത്തസ്വാമിയുടെ കണ്ണുനിറഞ്ഞു.

അനൂപ് എഴുന്നേറ്റു ചെന്ന് അയാളുടെ കവിളത്ത് നക്കി.

സലോമി അതുനോക്കി നിന്നു.

അവൾ ബാക്കിയുണ്ടായിരുന്ന ചായ വലിച്ചുകുടിച്ച് ഓട്ടുമൊന്ത തറയിൽ വച്ച് എഴുന്നേറ്റു.

"എനിക്കൊന്നു കുളിക്കണം."

ഉത്തസ്വാമി ഒന്നും പറഞ്ഞില്ല.

അയാൾ ജന്മസ്മൃതികളെ താലോലിച്ചുകൊണ്ട് ആകാശത്തേക്കു കണ്ണും നട്ടിരുന്നു.

സലോമി പോകുന്ന പോക്കിൽ അയാളെ തറച്ചുനോക്കി.

അവൾ വീടിന്റെ പിന്നാമ്പുറത്തു ചെന്ന് വസ്ത്രങ്ങൾ ഊരിമാറ്റി പൂർണനഗ്നയായി കിണറിൽ നിന്ന് വെള്ളം കോരി തല വഴിയൊഴിച്ചു കുളിച്ചു.

"ജലം എല്ലാത്തിനേയും ശുദ്ധമാക്കും."

അവൾ പിറുപിറുത്തു.

അയയിൽ ഒരു കറുത്ത മുണ്ട് കിടന്നിരുന്നു.

അവൾ അതു വാരിച്ചുറ്റി.

നഗ്നമായ മുലകളെ മറയ്ക്കാൻ അവൾ മിനക്കെട്ടില്ല.

നല്ല വിശപ്പുണ്ടായിരുന്നു.

അടുക്കളയിലെ ഒരു മൂലയ്ക്ക് കൽചട്ടിയിൽ പഴങ്കഞ്ഞി കണ്ടു.

ഉപ്പും കാന്താരിമുളകുടച്ചതും ചേർത്ത് അവൾ ആർത്തിയോടെ കഞ്ഞി കുടിച്ചു.

അടുപ്പിന് മുന്നിൽ ഒരു കുമ്പളങ്ങ കണ്ടു.

അതിൽ ഒരു കഠാരി കുത്തിയിറക്കി വച്ചിരിക്കുന്നതു കണ്ടു.

കഠാര കുത്തിയിറക്കിയ കുമ്പളങ്ങയിലെ മുറിപ്പാടിൽ നിന്ന് ചോര ഒലിച്ചിറങ്ങിയിരിക്കുന്നതും കണ്ടു.

അവൾ കഠാര വലിച്ചൂരിയെടുത്തു.

അത് ഉടുമുണ്ടിൽ തുടച്ചിട്ട് അവൾ മെല്ലെ ഉമ്മറത്തേക്ക് വന്നു.

ഉത്തസ്വാമി അതേപടിയിരിക്കുകയാണ്.

വരാന്തയിൽ നിന്ന് കാലുകൾ താഴേക്കിട്ട് ആകാശം നോക്കി ധ്യാനനിമഗ്നനായി ഇരിക്കുകയാണ് അയാൾ.

സലോമി അയാൾക്കു പിന്നിൽ മുട്ടുകുത്തിയിരുന്നു.

അയാളുടെ തല പിടിച്ച് തന്റെ നന്ഗമായി മാറിൽ ചേർത്തു.

ഉത്തസ്വാമി നിർനിമേഷയായി മുകളിലേക്ക് നോക്കി.

സലോമിയുടെ ചുടുനിശ്വാസം അയാളുടെ മുഖത്തടിച്ചു.

ചത്തമീനിന്റേതുപോലെ നിർവികാരമായിരുന്നു അയാളുടെ കണ്ണുകൾ.

സലോമി പൊടുന്നനെ മൂർച്ചയേറിയ കഠാര വലതുകൈ കൊണ്ട് അയാളുടെ നെഞ്ചിൽ താഴ്ത്തി.

അയാൾ പിടച്ചു. സലോമി അയാളുടെ കഴുത്തിൽ ഇടംകൈകൊണ്ട് കുരുക്കിട്ടു പിടിച്ചിരുന്നു.

പക്ഷേ ഉത്തസ്വാമിയുടെ മുഖത്ത് ഒരു ഭാവഭേദവമുണ്ടായിരുന്നില്ല.

സലോമിയുടെ കൈയിലെ കഠാര വീണ്ടും വീണ്ടും ഉയർന്നുതാണു.

അവളുടെ ദേഹം ചോരയിൽ കുളിച്ചു.

ചുവന്ന രണ്ടു കുംഭങ്ങൾ പോലെ ന്ഗനമായ കുചങ്ങൾ തുളുമ്പി.

ഈ കാഴ്ച കണ്ട് അനൂപ് കുരച്ചുകൊണ്ട് ചാടി വീണു.

സലോമി ഞൊടിയിടയിൽ തൊട്ടടുത്ത് വെല്ളം നിറച്ചുവച്ചിരുന്ന വലിയ ഓട്ടുകിണ്ടി പൊക്കിയെടുത്ത് പാഞ്ഞുവന്ന അനൂപിന്റെ തലക്ക് അടിച്ചു.

അവൻ മുറ്റത്തേക്കു തെറിച്ചു വീണു.

പിന്നെ പിടഞ്ഞു മരിച്ചു.

സലോമിയുടെ പിടിവിട്ടതോടെ ഉത്തസ്വാമിയും മുറ്റത്തേക്കു നിശ്ചലനായി മറിഞ്ഞുവീണു.

സലോമി ഒരു ദീർഘനിശ്വാസമുതിർത്തു.

അവൾ കൈവിരലുകൾ വിടർത്തി എണ്ണി

“ആറു കൊലപാതകങ്ങൾ...”

അവൾ വീണ്ടും കുളിച്ചു.

ചുവന്ന പട്ടുടുത്തു.

പിന്നെ പൂജാമുറി തുറന്ന് അകത്തു കയറി വാതിലടച്ചു.

൭

രാത്രി 10.30

കൊച്ചി സിറ്റി പോലീസ് കമ്മീഷണർ ജഗന്നാഥ് ശർമയുടെ ഓഫീസിൽ തിരക്കിട്ട കൂടിയാലോചനകൾ നടക്കുകയാണ്. പോലീസുദ്യോഗസ്ഥരുടെ ഒരു സംഘം മീറ്റിങ്ങിൽ പങ്കെടുക്കുന്നുണ്ട്.

കമ്മീഷണർ പറഞ്ഞു,

“ഫാദർ ഗ്രിഗോറിയോസ് അനസ്താസിയോയുടെ ദുരൂഹസഹചര്യത്തിലെ തിരോധാനം നമ്മൾ എത്ര മറച്ചുവച്ചാലും മീഡിയ സെൻസേഷണൽ വാർത്തയാക്കും. ദില്ലിയിലെ പ്രതിപക്ഷനേതാവിന്റെ ഓഫീസിൽ നിന്നുവരെ കോൾ എത്തിക്കഴിഞ്ഞു. എത്രയും വേഗം അദ്ദേഹം എവിടെയുണ്ടെന്ന് കണ്ടെത്തണം. അദ്ദേഹം ജീവിച്ചിരിപ്പുണ്ടോ മരിച്ചോ അതൊന്നും നമുക്കറിയില്ല. അദ്ദേഹത്തെ കാണാതായിട്ട് ഇപ്പോൾ നാല്പത്തിയെട്ടു മണിക്കൂറുകൾ പിന്നിട്ടു കഴിഞ്ഞു. അദ്ദേഹത്തിന്റെ തിരോധാനത്തിൽ ഒരു സ്ത്രീക്ക് വ്യക്തമായ പങ്കുണ്ട് എന്നത് മാത്രമാണ് നമുക്കു കിട്ടിയിരിക്കുന്ന ആകെയുള്ള തെളിവ്. കാർ കണ്ടെത്തിയ സ്ഥലത്തെ ഒരു ബേക്കറിയിലെ സിസിടിവി ദൃശ്യങ്ങൾ പരിശോധിച്ചതിന്റെ വീഡിയോ ഫൂട്ടെജ് കിട്ടിയതിൽ നിന്ന് മനസിലാക്കുന്നത് ആ സ്ത്രീ ഒരു പൂർണഗർഭിണിയാണെന്നാണ്. കൂടാതെ നഷ്ടപ്പെട്ടുപോയ ടോൾപ്ലാസയിലെ വീഡിയോ ഫൂട്ടേജും വീണ്ടെടുത്തു. ഫാദറിന്റെ സുവിശേഷ സെന്ററിലെ സിസിടിവി ദൃശ്യങ്ങളും പരിശേധിച്ചു. അന്ന് അവിടെ നിന്നും പിണങ്ങിപ്പോയ യുവതിയും ഇതേ സ്ത്രീ തന്നെയാണ്. ഈ സ്ത്രീയെ തിരിച്ചറിയുക എന്നതാണ് നമ്മുടെ മുന്നിലെ ഇനിയുള്ള കടമ്പ. ഈ കേസിന്റെ അന്വേഷണച്ചുമതല എസിപി രവീന്ദ്രനാണ്.”

മുൻനിരയിലെ സീറ്റിൽ ഇരുന്നിരുന്ന എസിപി രവീന്ദ്രൻ എഴുന്നേറ്റു സല്യൂട്ട് അടിച്ചു.

“സർ..”

“നിരവധി ക്രൈം ഇൻവെസ്ററിഗേഷനുകളിൽ കേരളപോലീസിന്റെ മാനം കാത്ത അന്വേഷണ ഉദ്യോഗസ്ഥനാണ് രവി. എത്രയും പെട്ടെന്ന് താങ്കൾ ഈ കേസിന്റെ കുരുക്കഴിക്കൂ.”

“തീർച്ചയായും സർ.”

എസിപി രവീന്ദ്രൻ ആത്മവിശ്വാസത്തോടെ പറഞ്ഞു.

മീറ്റിങ്ങ് പൂർത്തിയായപ്പോൾ രാത്രി പന്ത്രണ്ടു മണി കഴിഞ്ഞിരുന്നു.

ആ അർദ്ധരാത്രിയിൽ കോലഞ്ചേരി പാൻമാളിൽ നിന്നും സെക്കന്റ്ഷോ കഴിഞ്ഞുപോയ ഒന്നു രണ്ട് വഴിപോക്കർ കണ്ടത്തിൽ ബംഗ്ലാവിലെ ഗേറ്റിന് മുന്നിലെ ഇരുട്ടിൽ അവ്യക്തമായി രണ്ട്

രൂപങ്ങളെ കണ്ടു.

ഒന്ന് ഒരു വൃദ്ധനും ഒന്ന് ഒരു നായയും.

www.ingramcontent.com/pod-product-compliance
Lightning Source LLC
LaVergne TN
LVHW060124051026
849517LV00007B/2389
* 9 7 9 8 8 8 9 5 1 5 6 7 8 *